यशोदा

जीवन व प्रस्थापित नीतिमूल्यांचा संघर्ष

डॉ. छाया महाजन

मेहता पब्लिशिंग हाऊस

YASHODA by Dr. CHHAYA MAHAJAN

यशोदा : डॉ. छाया महाजन / कथासंग्रह

© डॉ. छाया महाजन

प्रकाशक : सुनील अनिल मेहता, मेहता पब्लिशिंग हाऊस,
१९४१, सदाशिव पेठ, माडीवाले कॉलनी, पुणे - ४११०३०.

मुखपृष्ठ : फाल्गुन ग्राफिक्स

प्रकाशनकाल : प्रथमावृत्ती : दीपावली पाडवा, नोव्हेंबर, २००१ / ऑगस्ट, २००८ / मेहता पब्लिशिंग हाऊस यांची तृतीयावृत्ती : ऑक्टोबर, २०१२ / ऑगस्ट, २०१६ / पुनर्मुद्रण : डिसेंबर, २०१८

P Book ISBN 9788184984194
E Book ISBN 9789353171742
E Books available on : play.google.com/store/books
www.amazon.in/b?node=15513892031

कथानुक्रम

१

यशोदा

बाहेर अंधार साचत चाललेला, शिराळ पडल्यासारखा. बागेत खुर्च्या टाकलेल्या, गर्द हिरव्या रंगाचे कवडसे.

"बाईसा–" सोनल हलकेच म्हणाली.

वेताच्या खुर्चीत मा डोळे लावून बसल्या होत्या. त्यांनी ती हाक ऐकली.

"बाईसाऽऽऽ" पुन्हा हाक आली.

मांनी पापणीही हलवली नाही. मागं टेकलेली मान हलली नाही की बोटं ढळली नाहीत.

"झोपल्यात वाटतं–" मागून कुणाचा तरी आवाज आला.

"शूऽऽऽ– हळू!" कुजबुजल्यासारखा आवाज. मग पाच-सहा हातांच्या अंतरावर चार-पाच जणांचे कुजबुजते आवाज सुरू झाले.

त्यांच्याविषयीच असणार. पण त्या हलल्या नाहीत. डोळे मिटून पडून राहिल्या. त्यांना वाटलं, खरं तर याची जरूरी नव्हती.

'मा'– सोनलची 'मा!'

फार मोठी जोखीम अंगावर आलीये. सोनलमुळे. हा किताब राखणंही सोपं नाही.

सोनलच्या संपर्कातली, तिची चाहती मंडळी येत गेली. तिच्या नृत्यकौशल्यावर ते फिदा होते. तिच्या रूपावर काही लुब्ध होते. कला-सौंदर्य-संस्काराचा त्रिवेणी संगम म्हणजे सोनल असं समीकरणच झालं होतं आणि सोनल बाईसांना मानत होती. ती बाईसांचा शब्दही खाली पडू देत नव्हती. त्यांना स्वत:च्या आईस्थानी मानत होती. सोनल बाळची, बाईसांच्या भावाची मुलगी; पण आपल्या आईपाठी वाढलेली. बाईसांवर संपूर्ण विश्वास टाकलेली.

'बाईसा'ला 'मा' हा किताब या सगळ्यांमुळे मिळालेला.

त्यांच्या सल्ल्याला महत्त्व होतं. कुणाला तरी कधीतरी दिलेला सल्ला लाभला होता. तेव्हापासून कुठल्याही कामाला सुरुवात करण्यापूर्वी बाईसांच्या

पायाला हात लागला म्हणजे काम फत्ते होतं, हे सगळीकडे पसरलेलं. सोनल स्वत:ही प्रत्येक कार्यक्रमाच्या आधी, प्रत्येक टूरच्या आधी त्यांच्यासमोर वाकून नमस्कार केल्याशिवाय बाहेर पडलेली नव्हती.

बाईसांना वाटलं, आपण कुठल्या जगद्माता वगैरे नाहीतच. मात्र ही झूल सांभाळायलाच पाहिजे. कुणासाठी नाही, तरी निदान राधोसाठी. सोनलच्या नवऱ्यासाठी.

त्यांनी डोळे मिटले. सगळं आयुष्य अकस्मात संपूर्णपणे बदलून जावं तसं झालेलं. कुठल्यातरी भल्या दिवशी राधो त्यांच्या आयुष्यात आला.

आतापर्यंत आयुष्य संपल्यासारखं झालेलं. वयाचं चोपन्नावं वर्ष चालू आहे. साधारण चार वर्षांपूर्वी, म्हणजे यांच्या पन्नाशीला सोनल आणि राधो आले. त्यांना नेण्यासाठी. नव्या आयुष्याला सुरुवात तरी केव्हा व्हावी? पन्नाशी. पण राधोला पाहिलं मात्र, त्या तयार झाल्या. कधीही न पाहिलेल्या शहराला, तिथल्या माणसांना, वातावरणाला, सगळ्यालाच. तरीही त्या तयार झाल्या. आपल्या मनात सोनलकडे येण्याचं कसं आलं?

राधोमुळं? की सोनलच्या आर्जवामुळं? इतकी वर्षं वाडवडिलांची इस्टेट जोपासली, किंबहुना ते जोपासण्यापुरतंच आपलं काम आहे असं मानून जोपासत राहिलो; ते सगळं सोडून, टाकून देऊन, अशा वळणावरून आलो की, आता त्या वळणावरून मागं पाहताना ही आपणच चाललेली वाट का, असा संभ्रम व्हावा. अवघ्या पन्नास वर्षांच्या आयुष्यामध्ये मागे पडलेलं आयुष्य हे कित्येक युगं मागे पडून गेलंय, असं वाटावं?

मिटल्या पापण्यांमागे एक जग उलगडत जावं तसे प्रसंग उलगडत गेले.

वयाच्या वीस-बाविसाव्या वर्षी कांतराव गेले. गोरंचिट्ट कपाळ घेऊन बाईसा माहेरी आल्या.

सासरे कडक होते. सून कायमची माहेरी पाठवून जबाबदारी झटकायला तयार नव्हते. तिच्या माहेरी फार श्रीमंती नव्हती. त्यामानानं सासरचं पारडं जड. पण बाईसांच्या दु:खाकडं पाहून सासऱ्यांनी माहेरी जाण्याची परवानगी दिली.

सासरी आजेसासू होती आणि दुखण्यानं सासू सतत अंथरुणाला खिळलेली. बाईसांचं दु:ख हलकं करणार की आपल्या तरुण मुलाचं दु:ख सोसणार?

अशा स्थितीत बाईसा माहेरी आल्या. ही पांढऱ्या कपाळाची तरुण पोरगी घरी आल्यानं आईबापानं हबका खाल्लेला.

आल्याच्या संध्याकाळी अंधाऱ्या माजघरातून आईचं कुजबुजतं बोलणं ऐकलं.

"यशोदाचं काय करायचं हो? तुम्ही कामाधामाचे नाहीत. बाळू किती दिवस सांभाळील?"

"ते नंतर बघू. आज तर आलीये." वडिलांचा आवाज.

"नंतर काय बघायचं? आणि बघायला आपण उरणार आहोत का? दोन-चार दिवसांचे साथीदार आपण. आजचं तर निभून जाईल. उद्या बाळूची बायको येईल. ती हिला कशी पाहील? काहीतरी करा."

वडील म्हणाले, "काहीतरी व्यवस्था करावीच लागेल."

आई उसळून म्हणाली, "पोरीचं दु:ख पाहवत नाही; पण तिचं वय डोळे झाकू देत नाही. कसाबसा दोन-तीन वर्षांचा संसार."

"बघू या काय होतंय ते."

"इतकं शांततेनं बसून होणार नाही. शेजारच्या दामोदरपंतांचा मुलगा सकाळपासून तीन चकरा मारून गेला."

"तो कशासाठी आला होता?" वडिलांनी विचारलं.

"आता हेही कळत नाही का? रेग्यांकडे द्यायच्या आधी त्यांनी मागणी घातली नव्हती का?"

मग अंधुक उजेडात शांतता पसरली.

यशोदाची आई तिला डोळे लावून जपू लागली. समाचाराला येणाऱ्या सगळ्यांना ती पारखून पाहू लागली. त्यांना योग्य न वाटलेल्या पुरुषांना बाहेरच्या बाहेर पतरवू लागली. यशोदा ओसरीला आलीच तर दहा मिनिटांच्या आत माजघरात पाठवू लागली.

अंधाऱ्या माजघरात वडिलांची-आईची कुजबुज चालूच राहिली.

अस्वस्थ.

"काय म्हणून जपावं? अहो, एखादी वस्तू तर नाही, की कपाटात कुलूप लावून ठेवून दिली."

माहेरी आल्यापासून यशोदा अगदी सडी झाली. संपूर्णपणे मोकळी! सासरघरी करायची कामंही इथं नव्हती. आपल्या मुलीला दु:ख तर आहेच, आता भरीत भर कष्ट तरी नकोत, म्हणून घरातले सगळेजण तिला जपायचे.

काम ना काज.

बसायचं. उठायचं. जेवायचं. झोपायचं.

रात्रीच्या अंधारात दीड-दोन वर्षांचा अर्धामुर्धा संसार आठवायचा.

कांतरावांचा चेहराही आपण धडपणे पाहिला नाही असं तिला वाटायचं. अनोळखी माणसासारखा चेहरा समोर यायचा. जितका चेहरा आठवत जायचा तितका तो न आठवल्यासारखं व्हायचं.

मध्येच त्यांचे तळवे दिसायचे. कधी नुसताच धोतराचा सोगा झपकन जवळून गेल्यासारखं व्हायचं.

रात्रीच्या वेळेला दाबून, दडपून ठेवलेले सर्व स्पर्श जागे व्हायचे. असंख्य पिना-टाचण्या टोचल्यासारखे आतून रक्तातून कातडीला बोचत राहायचे.

काय होतंय तेही धडपणे कळायचे नाही. रात्री-बेरात्री उठून चिमणी घेऊन ती मागील दारी जायची.

दगडी कुंडातल्या पाण्यात पाय बुडवून बसायच्या.

पायावर पाणी घेणं... वाऱ्याच्या झुळकेचा गारवा सोसणं... एखादी सुखद कळ सोसल्यासारखं...

न कळत्या गोष्टी– पण या झुळकेपेक्षा वाऱ्यानं घुसळून काढावं असं वाटायचं. निदान एकदा उद्ध्वस्त होऊन जावं... मनसोक्त!

या वाऱ्याच्या अन् आतल्या रक्ताच्या टाचण्यांचा संबंध न समजताच राहून गेला.

दामोदरपंतांचा विनू न चुकता येत राहायचा. एक तर दोन घरं सोडून राहत होता. येणं-जाणं अवघडही नव्हतं.

लग्न झालेलं नसल्यानं सडाफटिंग होता. येता-जाता या घरची कामं त्यानं कित्येक वेळा केली होती. यशोदाच्या वडिलांच्या शेतासाठी गडी शोधण्यापासून प्रसंगी स्वत: शेत शिंपण्यापर्यंत त्यानं सगळं केलेलं होतं.

आता यशोदा घरात आल्यावर त्याला येऊ नको म्हणणं अशक्यच होतं. बाळ लहान होता, विनू पुष्कळ काम करत होता. त्यानं मोबदलाही मागितला नव्हता. घरातल्यांनी दिलेला नव्हता. हक्काच्या माणसासारखा थेट चुलीजवळ जाण्याचा त्याचा खाक्या होता. मधल्या दोन-तीन वर्षांत यशोदाच्या घरच्या लोकांना त्याचं येणं-जाणं खटकलं नव्हतं.

पण तरुण पोरगी घरात आली आणि नाही म्हटलं तरी विनूचं येणं कुणालाच आवडेना. पण 'तू येत जाऊ नकोस' असं सांगण्याचं धाडसही त्यांच्याजवळ नव्हतं. येताना ओंजळभर मिळतील ती फुलं तो देवाला देऊन जायचा. आताशा सुवासिक फुलं घेऊन येत होता. सुबक द्रोण करून, सुरेख रचून आणत होता.

कपड्यांच्या बाबतीतला गबाळेपणा जाणवावा इतका कमी झाला होता.

हे न कळण्याइतकी यशोदाची आई दूधखुळी नव्हती, पण काही करता येणंही शक्य नव्हतं.

त्या घरी मागणी येऊनही मुलगी दिली नव्हती. शिवाय त्याची मदत कुठल्या ना कुठल्या स्वरूपात घेतलेली होती. यशोदेची आई चडफडायची.

अंगणात विनूचं पाऊल पडलं की त्यांच्या कपाळी आठी चढायची. ओठाला शिवण बसायची.

पण तरीही विनू येतच गेला. काहीबाही देत गेला. चुलीपाशी येणं जरा कमी झालं होतं, तरी ओसरीत बसणं चालूच होतं. उगाच वाकून माजघरात पाहायचा, खोकरायचा, खाकरायचा.

वडील नसताना यायचा. आई चडफडत बाहेर येत म्हणायची, "जळ्ळं त्याचं लक्षण! माझ्या जिवाला घोर लावायला हाच कमी होता!" पण विनू येत राहिला. नकळत यशोदाही आता विनूची वाट पाहू लागली. दिवसा खिडकीतून आलेल्या प्रकाशाच्या झरोक्यात स्वत:चे गुलाबी गोरे तळवे पाहात फुलांचा द्रोण हाती टेकवताना झालेला विनूचा ओझरता स्पर्श तिथे दिसे. क्षणभरच ती फुलून येई.

लागलीच स्वत:ला सावरून धरायची. हे सावरणंही कठीण. याच्या यातना कठीण. हा आई-वडिलांचा भरभक्कम तट नसता तर आपण एखाद्या ज्योतीसारख्या भुर्कन विझून गेलो असतो, असं तिला वाटायचं.

मग प्रकाशाच्या झोताकडे ती पाठ फिरवायची. दोन हात एकमेकांवर दाबून धरून स्पर्श पुसू पाहायची. किंबहुना एकमेकांवर तसे हात दाबून धरत वेदना स्वत:मध्ये शोषून घेत, ती शोषत जाणारी वेदना हलके हलके मनाच्या तळाला नेऊन बुजवून टाकताना यातनांचे उसळते डोंब ती पचवू पाहायची. एक चटका जिरवताना, जिवंत जळत राहणं.

यशोदेच्या आईला हे दिसत नव्हतं असं नाही; पण घटकेत कांतरावांच्या आठवणीने व्याकूळ होणारी, स्वत:च्या औट घटकेच्या संसाराचं दु:ख करणारी आणि पायाच्या पृष्ठभागावर हळुवारपणे हात फिरवत तो स्पर्श भोगणारी त्यांची मुलगीच त्यांना ओळखीची वाटत नसे.

या संभ्रमित अवस्थेत त्यांना एक गोष्ट जाणवे– मुलीविषयीची अपार माया आणि काळजी.

यशोदेला आईचा मोठा आधार होता. सवाष्णींच्या सणाला यशोदा कोरड्या डोळ्यांनी आजूबाजूच्या सवाष्ण बायकांना नटता-सजताना पाहत होती. कुठूनतरी आत कुढत होती. आपल्या भुंड्या हातांकडे पाहत होती. मोकळा गळा चाचपडत होती. माजघराच्या अंधारात आपला केशसंभार काही काळ पाठीवर रुळू देत होती.

हे सारं आई डोळ्यांच्या कोपऱ्यांतून पाहत होती. काही दिवसांपासून तिची आई सवाष्णीच्या सणालाही नावापुरतीच जायची. जमेल तितकं टाळायची. नवं घालणं सोडलं. नटणं तर सुटलंच होतं. एवढातेवढा दागिनाही आता ती घालत

नव्हती. हळदी-कुंकवाच्या निमंत्रणालाही नकार देऊ लागली. दबल्या आवाजात ती निमंत्रण बाहेरच्या बाहेर परतवू लागली. आपल्या आईचा मोठेपणा यशोदेच्या मनात आणखी मोठा झाला.

आपल्याला सांभाळून घेणारी, काम न करू देणारी, चेहरा नुसता कसनुसा केला तरी गरम तेल घेऊन माथा चोळणारी आई...

जगाच्या नजरेपासून पदराआड धरणारी आई. एका अर्थानं तिच्या आईनंही संन्यासाश्रमच घेतला होता.

एक दिवस झंझावातासारखा आला. यशोदेच्या भोवतीचा तट कोसळून पडला.

मागं पाणी ओढायला म्हणून आई गेली अन् पाय घसरून विहिरीत पडली. पडताना यशोदेच्या नावानं जोरात ओरडली. माजघरातला काळोख ढवळून निघाला. यशोदा धावली. ओरडू लागली.

जोत्यावरची, गोठ्यातली मंडळी धावली. आजूबाजूचे लोक धावले. दोर लावले, गळ टाकले. अर्ध्या तासानं गळाला लागून आईचं शरीर बाहेर काढलं. एखाद्या गाठोड्यासारखं लळत-लोंबकळत बाहेर आलेलं शरीर.

ना डोळे उघडले ना ऊर धपापला. ना काही उणीपुरी इच्छा सांगता आली.

तिनं चाळीस वर्षे त्या विहिरीला पायांचा जोर देत दोर ओढला, त्या विहिरीनंच तिच्या पायांना ओढून घेतलं.

किती रात्री या विहिरीच्या पोटात आसरा घेण्याचा विचार यशोदेच्या मनात येत होता – पण पाळता आला नाही. घरच्या विहिरीला भुताटकीचा बट्टा लागला असता आणि तिला गिळलेलं पाणी तिच्या घरच्यांच्या घशात उतरलं नसतं म्हणून.

सईसांजेला त्या विहिरीच्या कट्ट्यावर यशोदा थेट लहानपणापासून पाठ टेकून बसत आलेली. त्या विहिरीनंच पाठीचा आधार काढून घेतला. घरात माणसं जमली, गर्दी वाढली; पण यशोदा मात्र एकाकी झाली. कोरड्या डोळ्यांनी भरल्या विहिरीकडे पाहत तिनं सुस्कारे टाकले.

विनू सांत्वनाला आला. भेटीला आला. बाराव्याला आला. कितीतरी वेळा आला. यशोदेच्या पुढं बसला. तिला बोलतं करायचा प्रयत्न केला. पण तिनं स्वत:ला जास्त आवरून धरलं. दर वेळी विनू आला की विहिरीतून आई ओरडून तिला सावध करतीये असा भास व्हायचा.

त्यांचे डोळे भिडलेही होते – कदाचित पूर्वी – पण आता फक्त त्याचं पाठमोरं शरीर पाहायची.

त्याच्या येण्यानं येणारं ओलेपण आटून गेलं. कोरड्या भगभगीत मनानं यशोदानं स्वत:ला भस्मानं बांधून घेतलं.

क्वचित उन्हानं तळव्यावर कवडसा पडलाच तर तेवढ्या कवडशावरच ती हेलावायची आणि कुणाच्याही चाहुलीनं स्वत:ला भानावर ठेवायची.

स्वत:ला सतत भानावर ठेवायचं, जराही ढळायचं नाही. वाहवायचं तर मुळीच नाही. स्वत:चं वैधव्य स्वत:लाच बजावीत राहायचं.

कांतरावांच्या विचाराशिवाय येणारा विचार म्हणजे व्यभिचार, हे स्वत:च्या मनाला बजावत, स्वत:वर ठोकून ठोकून ते ती पक्कं करीत राहायची.

पण सांजच्या पाऱ्याला चेहऱ्यावर केस भुरभुरायचे. मन मोकळं होऊ पाहायचं, धावायचं.

त्या विहिरीकडे पाहत यशोदा बुडालेल्या आईला विचारायची– 'या मनावर कुठली कवचकुंडलं चढवू? शरीर तर लोटलंच अंधारात, आता या मनाला कुठल्या डोहात बुडवू? सांग ना आई?'

तिच्या सगळ्या प्रश्नांना एक नि:शब्द उत्तर यायचं, नि:शब्द.

तिने स्वत:च्या मरणाची कितीतरी चित्रं रंगविली होती. ज्या विहिरीला एकदा बट्टा लागलाय तिथं आपणही जावं, असं वाटून एकदा ती विहिरीत वाकून पाहत असतानाच वडील मागच्या दारी आले. लेकीचा हेतू त्यांच्या अनुभवी डोळ्यांनी ओळखला. पाय न वाजवता, स्तब्ध, विहिरीवर वाकलेल्या पोरीच्या पाठीशी जाऊन ते उभे राहिले. त्यांच्या चाहुलीनं यशोदेची समाधी ढळली. ती ताठ झाली. सावकाश मागे वळली. वडिलांना पाहताच गोंधळली.

अश्रूंनी भरलेल्या वडिलांच्या डोळ्यांत बघताना तिला जणू सांगितलं गेलं– हे तू करणार नाहीस– कधीच नाही.

त्यांना फुटलेले हुंदके छातीत भरून घेतले. वडिलांच्या आर्त दु:खाचा मागोवा त्यांच्या पाठीवर फिरणाऱ्या हातांनी दिला.

यशोदेला स्वत:ची लाज वाटली. स्वत:च्या दु:खामुळे ती वडिलांचं अस्तित्वही विसरून गेली होती.

साधारण महिनाभरानं सासरची माणसं आली. सासरे अन् आजेसासू, माजघर-स्वयंपाकघरात आता फक्त एकच बाई होती. यशोदा. एकटीच.

आजेसासूबाई जवळ बसल्या. पाठीवर हात ठेवीत समजावत राहिल्या. ती काही न बोलता एकटक अंधाऱ्या कोपऱ्याकडे पाहात राहिली. एकापाठोपाठ एक असे दोन मृत्यू. ओसरीला सासरे म्हणत होते, "तुमच्या घरी बाईमाणूस नाही. बाळचंही लग्न व्हायला अजून दोन वर्षं हवीत. तुमची तारांबळ होईल, पण मला आपलं वाटतं..."

ते थांबले. उगीचच खाकरा काढला. ''सूनबाईला घेऊन जातो. आई आहे. तिची सासू आहे. ती तर दुखणाईत आहे. तुम्हाला माहीतच आहे. पण घरात बाईमाणसाला बाईमाणूस आहे.''

वडील बराच वेळ बोलले नाहीत. पण अंधाऱ्या माजघरातली बायकोबरोबरची बोलणीही ते विसरले नाहीत.

त्या शांततेत त्यांनी आपला होकार सांगून टाकला.

यशोदेपुढे संकट उभं राहिलं. इतक्या दिवस ती निर्धास्त होती. आई-वडिलांच्या सावलीला असल्यानं कुठली गोष्ट करायची किंवा न करायची याविषयी तिला बंधन नव्हतं. तिच्या आईनं तिचं दुःख समजावून घेतलं होतं. आता ती अगदी एकटी झाली होती.

आधीचं एकटेपण आईनं तिच्याबरोबर वाटून घेतलं होतं. आता पुन्हा अर्धा वाटा टाकून ती निघून गेली होती.

पांगळ्या पायांनी काठीचा आधार घ्यावा अन् काठीच मोडावी, पांगळ्या पायांनी सैरभैर, लुळं, केविलवाणं हलत राहावं, तसं झालं.

सासर–

माहेराहून निघताना ती वडिलांच्या गळ्यात पडून मनमोकळं रडली. अगदी आल्यापासून रडली नव्हती एवढी.

वडिलांपेक्षाही तीच आता खचली होती. भावाचा आधार घ्यावा एवढा बाळ मोठा आहे, असं यशोदाला वाटत नव्हतं. राहता राहिला हा वडिलांचा आधार. त्यांच्या हातावरची ताणून फिकट होत गेलेली आयुष्यरेषा तिला स्पष्ट दिसत होती.

संध्याकाळ टळून गेलेली. बाहेर हॉलमधली माणसं कंटाळून निघून गेलेली. अंधुक उजेडात खुर्चीत समाधी लागल्यासारख्या बाईसा बसलेल्या.

तेवढ्यात राधो आला.

अंधुक उजेडात बाईसांनी राधोची उंच, सुदृढ आकृती ताबडतोब ओळखली.

पण त्या हलल्या नाहीत.

वर्तमानातून भूतकाळात अन् पुन्हा वर्तमानात.

पापणी लवते ना लवते तोच घडणारा प्रवास.

राधोला त्यांचं मन सामोरं गेलं.

खुर्चीजवळ राधो येऊन हलकेच वाकला. कदाचित बाईसांना झोप लागली असं वाटूनही असेल, त्याचा स्पष्ट श्वास बाईसांनी ऐकला आणि हुंगलाही नकळत.

"बाईसा–" तो म्हणाला.

बाईसा सावरून बसत्या झाल्या.

"आज बरंबिरं नाही की काय? जवळजवळ दोन तास तुम्ही अशाच बसला आहात. चला आता घरात. अंधार झालाय. पुन्हा तुमचे गुडघे दुखतील."

"थोड्या वेळ बसते इथंच." त्या थोड्याशा तुटक म्हणाल्या. सासरच्या घरी त्या आताशा पोचल्या होत्या.

राधो नाराज झाला. त्याचा चेहरा बाईसांना दिसला नाही; पण एखाद्या हट्टी छोट्या मुलासारखा हा नाराज होतो हे त्यांना माहिती होतं. किंबहुना त्याच्या चेहऱ्यावर सरकणारे सगळे भाव त्यांना पाठ होते. फक्त बोलता येत नव्हते.

"रागावलास?" त्या म्हणाल्या. "चल बाबा, आत चलते, तुझा राग मला परवडायचा नाही."

राधोनं घाईनं त्यांना हात दिला आणि तो खुशीत हसला.

आपण असं का बोललो? असं म्हणायलाच नकोच होतं, असं बाईसांना वाटून गेलं. वाक्याचा परिणाम कमी करण्यासाठी म्हणाल्या – "सोनल कुठंय?"

"बाहेर गेलीय. म्हणाली– रितू, संजनाकडे पण..."

"पण काय?"

"तुम्हाला सगळं दिसतच असेल; कुठे जाते म्हणून तुम्ही अंदाज बांधू शकता."

"वेडा आहेस. नसते संशय घेऊ नकोस."

कारण नसताना त्या त्याचा आधार घेत लॉनवरून चालू लागल्या. अशा कितीतरी संध्याकाळी आणि रात्री त्यांनी आधाराला म्हणून हात घेतला; पण मनातून त्याला आधार दिला. सोनलला तिच्या वागणुकीबद्दल मनोमन वाईट बोलल्या. त्या दोघांच्या संसाराचा दुवा झाल्या. राधो हॉलमध्ये थांबला तशा बाईसा म्हणाल्या, "आता मी माझ्या खोलीत जाऊन पडते. मी थकलेय आज. शिवाय इथं बसले की माणसं सुरू होतील."

राधोला वाटलं, त्यांना गळ घालून थांबवावं. पण तसं न करता तो नुसताच उभा राहिला. सोफ्यात टेकत त्याने बाईसांना जाऊ दिलं. दोन पावलं गेल्यावर त्या थबकल्या.

"राधो, मी जेवणार नाही. फक्त दूध घेईन. तेही उशिरा. झोप लागली तर उठवू नका."

खोलीत त्या कॉटवर टेकल्या मात्र, बागेत अर्धवट सुटलेला धागा त्यांनी अलगद पकडला. सासर–

पुन्हा त्या ओळखीच्या अनोळखी पायऱ्यांवर त्यांची पावलं थरारली, रेंगाळली. या कैदखान्यात येण्यापेक्षा, आपण आईऐवजी विहिरीत पडलो असतो तर...

ही जागा, हा परिसर, जे कधी आपलं नव्हतंच ते औट घटकेचं राज्य केलं इथं. आता राज्य चालवायला आलो की बंदी म्हणून आलो?

ती गुपचूप पायऱ्या चढली. ओसरीवरून मधल्या घरात गेली आणि न बोलता, गुपचूपच नवरा नसलेल्या आपल्या आणि नवऱ्याच्याही खोलीत गेली.

ही गप्प, थंड भाषा तिने आपली केली. हे सगळं जे आपलं, कदाचित अजूनही आपलंच, ती त्रयस्थासारखं बघत राहिली.

गडी दाराबाहेर खाकरला तशी ती भानावर आली. उठून बाहेर गेली. पाय धुऊन देवघराच्या उंबऱ्यावरच नमस्कार केला आणि सवयीप्रमाणं मधल्या घराला लागून असलेल्या दुसऱ्या खोलीत गेली. दुखणाईत, हाडं-हाडं झालेली गोरीपान सासू अंथरुणात धडपडत उठून बसायचा प्रयत्न करीत होती. आल्याआल्याच्या थंडपणानंच यशोदा पुढं झाली. सासूला बसतं केलं. त्यांच्या पायाशी वाकली. सासूचे पाण्याने भरलेले डोळे पाहिल्याबरोबर तिला आईची आठवण झाली. भरले डोळे तिने पापण्यांखाली झाकून घेतले.

त्रयस्थ वाटणारं घर... कधीमधीच मोकळं बोलणारी सासू... तोंड उघडलं तर काय दुखतंय एवढंच सांगायची. आजेसासू घरात आली की मिंधेपणानं कसनुसा झालेला चेहरा तसाच राहायचा. सासरे सतत शेतीच्या, कोर्टकचेऱ्यांच्या, नाही तर जिल्ह्याला विक्रीच्या कामाने जायचे. घरातलं एकटं पुरुष माणूस. घरात एक सधवा असून विधवेसारखी; अन् दोन विधवा. तिघीही सासऱ्यांची वाट पाहत बसायच्या.

यशोदाचं आयुष्य यंत्रवत झालेलं, चला म्हटलं की चलायचं, थांब म्हटलं की थांबायचं. खाकरण्यानं न सरकलेला पदर सारखा करायचा आणि झटकन उठून बसायचं. दाराशी वहाण वाजली की दाराआड उभं राहायचं. खूप विचार केल्यावर तिला वाटायचं, हेच तर आपण करीत होतो आधीही. पण हे करतानाचा पूर्वीचा कोवळा आनंद नाही. माहेरी असताना कांतरावांची बुजत चाललेली आठवण इथे आल्यावर खपली पडल्यासारखी सजीव झाली.

दुपारच्या सामसूम वेळी ती कधी कधी अधीर होऊन उठायची. कांतरावांचं अस्तित्व इथं प्रकर्षानं जाणवायचं. हुरहुरत्या मनानं ती अंधाऱ्या कोपऱ्यात जायची. कांतरावांची ट्रंक उघडताना तिचे हात कापायचे. तिला असह्य व्हायचे.

त्यांचे जुने शर्ट आणि धोतर बाहेर काढून ती हलकेच मांडीवर घ्यायची. एखाद्या मुलायम वस्त्रावरून हात फिरवावा तसा त्या कपड्यांवरून हात फिरवायची. नाकाशी नेऊन प्रदीर्घ श्वास घ्यायची.

छाती भरून यायची ते कपडे उराशी कवटाळत असताना– तिला वाटायचं... वाटत राहायचं– हा शरीरगंध कवटाळण्यापेक्षा ते शरीरच राहतं तर– त्या शरीरगंधानं ती पिशागत व्हायची. डोळ्यांचं पाणी थांबायचं नाही.

एखाद्या गोष्टीचा चाळा लागावं तसं दुपारी निजानीज झाली की ओढून आणल्यासारखी ती ट्रंकेपाशी यायची, कुणी आजूबाजूला नसलं की कांतरावांच्या फोटोकडं टक लावून पाहायची. त्यांच्या शरीरखुणा आठवायची. डाव्या खांद्यावरचा तीळ, नाभीजवळचा छोटा मस. लक्ष न देताही किती गोष्टी आपोआप लक्षात राहतात, नंतर छळत राहतात.

अव्याहत चालणारं दिवस-रात्रीचं चक्र. एकमार्गी घरात चालणारं यंत्रवत काम– सासूची सेवा, आजेसासूच्या मागे मागे राहणं. थकलेली आजेसासू तोंड उघडायला तयार नसायची. गड्यांबरोबर बोलायची तेवढंच काय ते. अंबाडीसारखे पांढरे केस झालेली. सोनाबाई न बोलताच सासूचं सगळं उरकायची. न्हाणं, धुणं, खाणं, पिणं, उठवणं-बसवणं. नकळत यशोदा सगळंच करत गेली.

आजेसासूला मदत करता करताच, काही कामं कष्टाची म्हणून, काही बरी वाटतात म्हणून, काहींत वेळ जातो म्हणून करीत गेली.

आधी ट्रंकेकडे ओढीनं जाणारी पावलं आता कधीतरीच त्या दिशेला वळायची. फोटोकडं टक लावून पाहणंही तिनं आता सोडून दिलं. खरं तर हे कधी सुरू झालं अन् कधी संपलं कळलं नाही. मनात खोलवर घर करून राहिला तो फक्त कांतरावांचा शरीरगंध.

गुंतायचं नाही, गुंतायचं नाही असं ठरवत ठरवत ती संसारात गुंतत गेली. संसार तरी कशाला म्हणायचं? आजींचा संसार नव्हता. सासू सतत अंथरुणात. देणं-घेणं, करणं-सवरणं सासऱ्यांनी सांगायचं, सासू बिचारी हूं करायची नाही. यशोदेला स्वत:चा संसारच नाही. काय करायचं? कुणासाठी करायचं? ना मूल ना बाळ, कुणाच्या येण्याची शक्यताच नाही. गोठ्यात बांधलेली जनावरं कधीतरी हंबरतात तेवढाच आवाज.

या अंधाऱ्या घरात शांततेने कोंडून घेतलेलं. बाहेरच्या आवाजाचे पहारेकरी न जाणवावेत, अशा मजबूत भिंतींचा वाडा. चार-दोन नोकर. पुढच्या अंगणात येण्याचा प्रश्नच नाही. मागच्या अंगणात कोपऱ्यात आड, आडावर पत्रे बांधून घेतलेले. भिंतीला लागून चार-सहा मोठाली झाडं आणि मधोमध तुळशी वृंदावन. तिचा सगळा संबंध या मागच्या अंगणाशी. तुळशीला पाणी घालायला आणि स्वयंपाकाचं पाणी ओढण्यापुरता. सणासुदीला अन् रोजच्या देवासाठी ब्राह्मणाचा दहा वर्षांचा गुंड्या यायचा. तेवढाच बदल.

पुढच्या अंगणातल्या भक्क उजेडात बाईसा आल्या, तेव्हा जनावर बुजावं तशा बुजल्या.

त्यांच्या पायांनी ऊन कधी पाहिलंच नव्हतं जवळजवळ. त्यामुळं ती बुजल्या-सारखी झाली. सवाष्ण सासूच्या पायांना हात लावायला लागली तेव्हा तिला वाटलं, खरं तर जगण्याचा अधिकार यांचा होता. पण ही बाई जवळजवळ मरणच जगली. आपणही तेच जगतोय– फक्त वेगळ्या पद्धतीनं.

काल संध्याकाळी सोनाबाई सासूच्या पायांना तेल चोळून गेली. त्या छातीत, पाठीत दुखतंय म्हणाल्या, तेव्हा न बोलता आजेसासूनं विटेचा टोला चुलीत गरम केला आणि धुडक्यात बांधून नेऊन दिला.

रोजच्याप्रमाणे संध्याकाळची संध्या आटोपून जेवायच्या अगोदर सासरे त्यांना भेटायला निघाले, तेव्हा आजेसासूनं सांगितलं, ''सूनबाईला जरा जास्तच त्रास होतोय रे. रोजच्या औषधाचा गुण येत नाही. तू बघून घे आणि मोठ्या डॉक्टराला आणून घे. मला बरं वाटत नाही लक्षण. उजवी पापणी लवतेय सकाळधरनं.''

सासऱ्यांनी मान डोलावली. खोलीत जाऊन नेहमीसारखेच अस्वस्थ बसले. विचारपूस केली. सासूचे भरून आलेले डोळे त्यांनी पाहिले नाहीत. रोजचं एक नियमित काम करावं तसं उरकून आले.

बाहेर वाट पाहणाऱ्या आजेसासूला म्हणाले, ''जरा दुखतंय म्हणतेय, पण नेहमीसारखंच आहे म्हणतेय. कुणाला बोलावू नका म्हणाली. तसं वाटलं तर सकाळी बघू.''

सकाळी सोनाबाई लगबगीनं आली. आजेसासूला उठवून घेऊन गेली. सगळे जमले, पण प्राण गेलेला होता. थकून क्लांत चेहरा व्हावा तशा चेहऱ्यानं सासू झोपलेली होती.

चेहरा लपवीत यशोदा बाहेर उभी होती. वाळीत टाकलेल्या माणसासारखी. शेजारपाजारच्या सवाष्णी जमल्या होत्या. कोरड्या डोळ्यांनी ती पाहत होती. स्नान घालताना, नवं लुगडं नेसवताना, जोडवी चढवताना, मंगळसूत्र बांधताना, कपाळी कुंकू लावताना.

पुरून ठेवलेली एखादी वस्तू उकरून काढून पाहत असल्याचा अनुभव.

ती एकदम रिकामी झाली. खऱ्या अर्थाने मोकळी.

सासरे नाही म्हटलं तरी ढासळले. घरात अंथरुणावर का होईना, बायको होती. तिच्या ओढीनं पाय घराकडे वळत होते. नोकरमाणसांना वचक होता. घराला एक जिवंत कुलूप होतं... आजेसासू मात्र या धक्क्यातून सावरली.

सून जिवंत असेतो तिच्यानं होत नाही, हे आपणच रेटलंच पाहिजे, म्हणून ती काम करीतच होती. आपला पोरगा कुठेतरी जीव मोकळा करू शकतो, अशी

जागा होती. आता ती जागाच हरवली होती. सगळा पसारा जसाच्या तसाच होता– पण त्यात जीव नव्हता. घराण्याच्या तरुण फांद्या कोसळून पडल्या होत्या. सून गेल्यापासून आजेसासूनं मौन धरलं होतं. त्या नोकराचाकरांवरही ओरडत नव्हत्या. कामं करा म्हणून सांगत नव्हत्या. पांढऱ्या धुवट्ट केसांची सोनाबाई आली की मात्र त्यांचे रेघेसारखे झालेले डोळे भरून वाहायचे. आपल्यापेक्षा लहान वयाची दोन माणसं एकापाठोपाठ एक, एकाच घरातून देवानं उचलून न्यावीत आणि त्याच घरातल्या म्हातारीकडे कानाडोळा करावा, या कल्पनेनं त्या खंतावल्या होत्या.

कळत-नकळत सगळ्या घराचा कारभार यशोदेवर येऊन पडला. बायकोच्या मृत्यूनं सासरे डोळे सैल झाल्यासारखे झाले. कितीतरी दिवसांनी त्यांच्या लक्षात आलं की घरात तरुण पोरगी आहे. मुलगा जाण्याचं दुःख त्यांनी भोगलंच होतं, पण यशोदेचं दुःख त्यांना आता तीव्रतेनं कळलं. जाणवलं. या पोरीसाठी त्यांच्या मनात अपार माया दाटली. तिला बरं वाटावं म्हणून त्यांचे प्रयत्न सुरू झाले.

सासरे जाणूनबुजून काही कामं सांगू लागले. यशोदा सगळ्यांत मिसळली तर दुःख विसरेल म्हणून हिशेबटिशेबाला ते बोलावून घेऊ लागले. मधल्या घराच्या खिडकीत बसून ती घरातली जुनीजुनी पुस्तके काढून वाचते हे त्यांनी पाहून घेतलं, तसं घरात बाहेरून पुस्तकं यायला सुरुवात झाली. यशोदेच्या दृष्टीनं हा बदल तिला सगळ्यांत सुखकारक होता. कारण कामं करताना हात गुंतायचे, शरीर गुंतायचं, पण मन मोकळं सुटायचं; ते बांधता बांधलं जायचं नाही. कशाची चाहूल येणारच नाही हे माहिती असतानाही चाहूल घ्यायचं, हुरहुरायचं, मग करत्या कामामध्ये लक्ष लागायचं नाही. आणखी उदास व्हायला व्हायचं.

वडिलांची, बाळची आठवण यायची. त्यांची येणारी पत्रं, त्यांचा मोठा विसावा होता. कधीतरी फार उदास वाटलं तर वडिलांची मायाळू पत्रं काढून ती वाचायची.

वाचता वाचता डोळे भरून यायचे, मायेपोटी वडिलांकडे जावंसं वाटायचं. मनातली ही चलबिचल तरी कमी होईल वाटायचं. पण सासऱ्यांपुढं त्या कधी बोलल्या नव्हत्या.

सासूच्या जाण्यानं आणखी एक गोष्ट झाली. बाळ, वडील भेटायला येऊन गेल्यावर सासऱ्याने यशोदाला माहेरी जाऊन येण्याची सवलत दिली.

यशोदा आता बाळकडे जात-येत होती, वडिलांना भेटत होती. पुस्तकं वाचत होती. जाणाऱ्या-येणाऱ्याला बुजत नव्हती. दाराआड उभं न राहता उंबऱ्याला

उभं राहून बोलत होती. शेतमजूर, गडीमाणसं, किरकोळ देणं-घेणं-हिशेब यांत सासऱ्यांना मदत करीत होती. आयुष्य ओढून ओढून थकलेल्या सासऱ्यांना थोडा पैस जाणवत होता. थकलेला जीव स्थिरावल्यासारखा झाला होता.

पण सगळं होताना, दुपारच्या वेळी शेजारच्या बापड्यांना मुद्दाम बसवून ठेवताना, काम करताना कुणीतरी आपलं असावं असं तिला मनापासून वाटायचं.

'आपण आपल्याला असं किती दिवस कोंडून ठेवणार?'

दरम्यान बाळचं लग्न झालं. माहेरच्या घराचं रूप पालटलं. आई गेल्यापासून भुंडं घर होतं ते. यशोदा जाईल तेवढाच काय तो बदल. पण आता माहेरघरची स्थिती बदलली.

यशोदा पुष्कळ बोलकी झाली होती. घरात वावर वाढला. येणं-जाणं वाढलं, तेव्हा मागं टाकून दिलेली गोष्ट भुतासारखी पुढ्यात येऊन ठाकावी तसं विचारांचं झालं. सकाळी वाचलेली धार्मिक पुस्तकं मनाला लगाम घालायला कमी पडू लागली.

पण सासरच्या मायेनं तिला मोठं बंधन घातलेलं होतं. घरातले रीतीरिवाज ती पार पाडीत होती, मनापासून करत होती. आपल्या थोड्या चुकीचा मोठा परिणाम होऊ शकतो याची पूर्ण जाणीव ठेवून होती.

म्हणूनच कुणब्याचा कुशाबा सारखी नजरेआड करीत गेली. जवळजवळ सहा फूट उंच, रांगड्या शरीराचा, तरतरीत, सावळा कुशाबा तिच्या मनात रुतून होता. त्याची चाहूल ती घ्यायची. त्याची दणदणीत पावलं घरभर फिरलेली ऐकायची. आडावर अंघोळीआधी वाकून पाणी काढणाऱ्या त्याला खिडकीच्या दारातून पाहायची. त्याच्या रुंद पाठीवर आणि जाड मनगटांवर तिचे डोळे खिळून राहायचे. कधीतरी स्वतःचीच लाज वाटायची, राग यायचा. मनाला आवरून घेत ती घराकडं, आजेसासू-सासऱ्यांकडं पाहत स्वतःवर ताबा मिळवायची.

पण सासऱ्याची माया कळते न कळते तोच एक दिवस ते शेतावर गेले ते पाठकुळी लागूनच आले. धामण चावली. त्यांचा हिरवा-निळा देह जो घरी आला, पुन्हा उंबरठा न ओलांडताच नाहीसा झाला.

यशोदा सैरभैर झाली. उदास झाली. एखाद्याच्या आयुष्यात आनंद नसतोच— त्या आपण. लहानपणी भोगलं, तेवढाच काय तो आनंद. तोही इतका दूर.

इतका दूर, जसा गोष्टीतला समुद्रापलीकडचा राजवाडा. राजवाडा तिथेच— जागीच उभा. तिथेच उभा राहणारा. आपण तिथं फक्त स्वप्नापुरते जाऊन आलेलो.

सासऱ्यांच्या जाण्याने एक पर्वच संपलं. वाट कुणाची पाहायची? रांधायचं

कुणासाठी? दिवे कुणासाठी लावायचे? काळजी कुणाची करायची? पूजा कशासाठी करायची?

यशोदा आणि आजेसासू. एका न संपणाऱ्या काळाचे साक्षीदार. या काळात दिवस असतात किंवा रात्री. किंवा काहीच नसतं. दिवस किंवा रात्रीला अडगळीत टाकून दिलेलं. बिनचेहऱ्याच्या काळाच्या साक्षीदार.

यशोदेला आजेसासूचा राग यायचा. किती आयुष्य भोगायचं? या आधी गेल्या असत्या तर?

पण त्या गेल्या नाहीत. हल्ली कोपऱ्यातल्या जात्याजवळ बसून राहायच्या. पिचपिच्या डोळ्यांच्या कडांना पाणी जमून थांबायचं. ते चिकट पाणीही त्या पदराच्या टोकानं पुसायच्या नाहीत. अंघोळ फक्त नियमित. बाकी जेवण जेवलं तर जेवलं नाही तर नाही. अंबाडा लिंबाएवढाच होता. तोही बांधला तर बांधला, नाही तर, चार-पाच दिवस वेणीफणी नाही.

सगळ्यांच्या दृष्टीनं तिथं दोन जाती होती– एक जिवंत. दुसरं दगडाचं. आजेसासूच्या आठवणीनं यशोदेला लाजल्यासारखं झालं. त्या न बघणाऱ्या डोळ्यांची त्यांनी मनोमन क्षमा मागितली. क्षमा पहिल्यांदा केव्हा मागितली त्यांना आठवतही नव्हतं स्पष्ट. नंतरच्या वेळा त्यांना आठवत नव्हत्या...

दुपारी अगदी सामसूम असायची. मध्यरात्रीची शांतता. आजेसासू दिवसाही झोपायची नाही, रात्रीही झोपायची नाही. जागी असल्याचंही लक्षण दिसायचं नाही.

कुशाबा हल्ली रेंगाळायचा. काम काढून काढून घरात घुटमळायचा. कणगीत उतरताना, बाहेर पडताना त्याला सोमेश्वर मदत करायचा. सामान काढून घेताना, धान्य रचतानाही सोमेश्वर बरोबर असायचा, पण सोमेश्वरचं अस्तित्व जाणवूच नये इतका कुशाबा ठळक होत जायचा. कळत-नकळत यशोदा कुशाबाची वाट पाहायची. त्याच्यासाठी कामं काढून ठेवायची. सोमेश्वरला शंका येणार नाही या पद्धतीनं त्याची चौकशी करायची. एखादा दिवस तो आला नाही तर ती कासावीस व्हायची. त्या दिवसात एकदा तरी पुटपुटायची– 'आज का आला नाही, काय की!'

कधी जोरात खोटं रागावल्यासारखी म्हणायची, "सांगून जायचं नाही का? मनाला येईल तेव्हा जायचं, मनाला वाटेल त्या वेळी घरी बसायचं! इथं कामाचा खोळंबा होतोय तो कोणी भरून काढायचा? तुझं काम टळतं. पण आपण अडून पडतो झालं." शेवटचं वाक्य ती स्वत:शीच बोलायची.

गालात जीभ आवळ्यासारखी ठेवीत सोमेश्वर टोंगळा वाजविल्यासारखा आवाज काढायचा. फिसकन हसत म्हणायचा – "नवीन लग्न झालंय ना.

म्हायरावरून आली असंल.''

यशोदेला लाजल्यासारखं व्हायचं. त्याचा राग सोमेश्वरवर काढत ती म्हणायची, ''पांचट कुणीकडचा! जा, जा काम कर आपलं.''

पण सोमेश्वरच्या जाण्यानं ती सुखवायची नाही. आपण वंचित असलेल्या सुखाचा काटा खोलवर रुतत जायचा. काय करून मनाला समजवावं कळायचं नाही. कुशाबाच्या न येण्यात फक्त जाळ्यातला किडा फडफडत राहावा तसं फडफडत राहणं...

दुसऱ्या दिवशी कुशाबा आला की ती करड्या आवाजात त्याची चौकशी सुरू करायची, पण आपला आवाज कधी मऊ होत गेला हे तिचं तिलाच कळायचं नाही. आपल्या रागावण्यानं हा रागावून निघून जाईल या भीतीनं आपण हे करतोय हे तिला कळायचं, पण वळायचं नाही. कधी कधी अशा जळण्यापेक्षा त्यानं निघून जावं असं तिला वाटायचं. पण तो विचार येतो न येतो तोच नाहीसा व्हायचा.

कुशाबाच्या लक्षात हा बदल आला नव्हता असं नाही. आपल्याला चांगलंचुंगलं खायला घालण्याची धडपड, आपण शेतापेक्षा घरात काम करावं यासाठी तिची चालणारी धडपड तो पाहायचा. तरुणपणी वैधव्य किती वाईट, असं त्याला वाटायचं. पण मालकिणीकडे वाईट दृष्टीनं पाहणं त्याला शक्य नव्हतं.

एका दुपारी सोमेश्वर मदतीला आला नाही. जमिनीपासून सुरू झालेली पोती वर माळाला ठेवलेली. माजघरातल्या अंधारात तो चिमणी घेऊन गेला, पण सोमेश्वर मदतीला नव्हता. शिडी दहा ठिकाणी तुटकी, लपलपत होती. पोती वर आणल्याचा त्याला पश्चात्ताप झाला. मनाचा नेट करून त्यानं शिडी लावली अन् वर चढला. पण खालून चिमणी कोण हातात देणार? माळावरच्या पोकळीतून दोन-चार वटवाघळं उडाली. शेवटी तो पुन्हा खाली आला. स्वयंपाकघरात यशोदा होती. त्याला पाहताच म्हणाली, ''काढली का पोती?''

''न्हाई ना. हाताशी कुणी तरी पायजे. मी जाऊन भीम्याला घेऊन येतू.''

''कशाला पाहिजे हाताशी कोणी? एकट्याला जमत नाही का?''

''वर पार अंधार हाय. डोळ्यांत बोट घातलं तरी कळायचं नाहीय. म्या शिडीहून चिमणी घिऊन कसा जाऊ? ती शिडी बी लपलपतीया.''

पदराचा ओचा खोचत यशोदा म्हणाली, ''मी देते चिमणी वर आणि शिडी धरते. तेवढ्यासाठी भीम्याला नको बोलवायला.''

दोघं माजघरात आली. एका हातानं चिमणी अन् दुसऱ्या हातानं शिडी धरलेली यशोदा कुशाबाच्या पीळदार शरीराकडे पाहत होती, तर कुशाबाचे डोळे तिच्या सरकलेल्या पदराखाली गेले होते. त्या अंधारानं त्या दोघांना एका तीव्र

ओढीखाली जाताना पाहिलं. घामाघूम होऊन बाहेर पडताना पाहिलं. जळती चिमणी कोपऱ्यात दिवाभीतासारखी उभी राहिली. बंद वाड्याच्या आत उघड्या दारानं माजघरातला प्रकार पाहिला.

भेदरलेली, शरमलेली यशोदा बाहेर पडली, त्या वेळी ओसरीकडे बसलेल्या आजेसासूकडे पाहण्याची हिंमत तिच्यात नव्हती.

मागच्या मोरीत तिनं स्वत:ला कोंडून घेतलं. ओल्या दगडावर ती अनाहूत बसून राहिली. पाण्याचे तांबेच्या तांबे पायावर ओतीत राहिली. एक विसरलेली अनुभूती जागी झाली. एकदा वाटून गेलेली लाज नाहीशी झाली. शरीरभरच्या खुणा जिवंत करीत ती किती वेळ मोरीत होती, तिलाच कळलं नाही.

बाहेर कुशाबा खाकरला तशी ती भानावर आली. स्वत:ला सावरत बाहेर पडली. खाली मान घालून जाणाऱ्या कुशाबाच्या हातात पोतं नव्हतं.

जात्याजवळ बसलेल्या, दगडी डोळे असलेल्या आजेसासूकडे पाहण्याचं धैर्य तिच्यात आलं होतं. नंतर आठवडाभर कुशाबा, सोमेश्वरच्या मदतीशिवाय, पोतं काढण्याच्या निमित्तानं येत गेला.

जात्याजवळच्या आजेसासूच्या डोळ्यांनी बंद माजघराकडे एकदाच नजर टाकली आणि एक मोठा सुस्कारा टाकला. आयुष्यात जे जे पाहिलं, जे जे भोगलं त्यानं त्या म्हातारीची नजर जवळजवळ मेल्यागत झालेली. वाहत्या पाण्याची साक्षीदार. पाणी वाहायचंच, हे समजलेली. वाहत्या पाण्याच्या रुंदावलेल्या, रोडावलेल्या कक्षा. वाहत्या पाण्याची दिशाहीन पळापळ. आजेसासूचं जगणं म्हणजे वाहत्या पाण्याच्या किनाऱ्यावर उभं राहणं. ना किनाऱ्याशी सोयरसुतक ना पाण्याशी. तिथं बंद होणाऱ्या या दरवाजाशी तिनं का नातं ठेवावं?

पण यशोदेला मात्र तो जिवंत मेलेपणा खुपायचा. घडणाऱ्या प्रत्येक गोष्टीला एखादा साक्षीदार ठेवलेला असावा तशी आजेसासू.

पुढे सगळंच बदललं. निर्ढावलेलं मन बाहेरच्या जगाला दाद देईनासं झालं. एकेक करीत सगळे येत गेले, जात गेले. कुशाबा, सुमंत आणि रतन...

आजेसासू गेल्यावर मात्र यशोदा भानावर आली. झालेली प्रत्येक गोष्ट जणू तिनं त्या पुतळीच्या परवानगीनं केली होती. आता एकदम मोठं दडपण तिच्या मनावर आलं.

डोळ्यांवर बांधून ठेवलेली पट्टी सुटली. आता हरघडी समाजात वावरणं आलं. मधल्या गेलेल्या वर्षांनी जाता जाता यशोदाला धीमेपणाची देणगी दिली. यशोदेची यशोदाबाई झाली.

मग नुसतीच बाईसा झाली.

याच सुमारास सोनल आली. तसे बाळ आणि सोनल येत-जात होतेच, पण

बाळची बायको गेल्यापासून या गोष्टीत खंड पडला होता. त्यात त्यानं लांब, बिहारमध्ये बदली करून घेतली.

सोनलचं शिक्षण संपलं. ती एकटीच मद्रासला गेली. नाच शिकण्यासाठी. त्यांची पत्रं एवढाच दुवा. सोनल मुंबईला आल्याचं कळलं. एके दिवशी अगदी सकाळी उन्हं यावी तसा बाळ आला. धाकटा खरा– पण यशोदेपेक्षा रुपेरी डोकं झालेलं. यशोदेला भरून आलं. तो अस्वस्थ होता.

तीन दिवस तो तिला मधल्या वर्षांतल्या घटना सांगत होता. तिच्या धडाडीचं, एकटं राहण्याचं कौतुक करत होता. तिला बरोबर चल, मुंबईला माझ्याबरोबर राहा म्हणून आग्रह करत होता. पण सगळं सांगताना तो काहीतरी लपवीत होता.

शेवटी न राहवून यशोदेनं विचारलं, ''तू वरवरचं पुष्कळ बोललास – पण काहीतरी तुझ्या मनाला लागून आहे, तेच नेमकं टाळतोहेस. माझा विश्वास वाटत नाही का?''

बाळ एकदम बोलायला सुरुवात करताना विचारात पडल्यासारखा झाला. सगळ्या गोष्टी सुसंगत सांगणं शक्य होत नसल्यासारखं झालं.

''तुला तर माहीतच आहे.'' तो म्हणाला, ''सोनलची आई गेली तसं सगळं मीच बघतोय. तिचं शिक्षण, बाहेर जाणं, मैत्रिणी, नंतरचं तिचं नाचाचं वेड...''

''फार छान दिसत असेल नाही? पाहून फार दिवस झालेत. बघता बघता लग्नाची झाली की!''

बाळचा चेहरा एकदम आक्रसला. नापसंतीच्या कितीतरी रेषा त्याच्या चेहऱ्यावर झळकून गेल्या.

''का? लग्न करायचं नाही म्हणते का?''

''आपल्याला विचारण्याचं कामच ठेवलं नाही तिनं. इतकी लाडानं वाढवली. तिच्या म्हणण्याप्रमाणे तिरुमला अय्यरकडे शिकायला ठेवली. तीन वर्षांपासून लग्न करावं म्हणून म्हणतोय. पंचविशीला आलीय...''

''मग बघून घे एखादा चांगला मुलगा. उडव बार!'' यशोदा हसत म्हणाली. वातावरणाचा ताण कमी व्हावा ही इच्छा.

''तसं करण्याची गरज नाही.'' गंभीर होत बाळ म्हणाला. यशोदाही चरकली.

''सोनलनं स्वत:चा नवरा स्वत:च शोधलाय. नुसता शोधलाच नाही तर, लग्नसुद्धा करून घेतलंय. नुसती सांगण्यापुरती आली होती.''

हा धक्का यशोदेला अनपेक्षित होता. वाचणं, ऐकणं, कानावर पडणं या गोष्टींचा तिला सराव होता. पण आपल्याच घरात असं होईल असं तिला कदापि वाटलं नव्हतं. बाळच्या असहाय चेहऱ्याकडे पाहताना तिला सोनलचा मनस्वी राग आला. ज्या वडिलांनी आपल्याला एवढ्या प्रेमानं सांभाळलं, त्यांना दु:खात

टाकताना तिला काहीही वाटू नये?

बराच वेळ गेल्यावर ती सावकाश म्हणाली, ''कोण आहे? काय करतो? घरचे कसे आहेत?''

''कोणीही नाही, काहीही नाही. घरी कोणीही नाही.''

यशोदेच्या चेहऱ्यावर वाक्यागणिक आश्चर्य पसरत गेलं.

''अनाथ आश्रमातला आहे. नोकरी वगैरे करीत नाही. एम.कॉम. आहे असं सोनल सांगते. कमी बोलतो. घर नसल्यामुळे आपल्याकडेच राहतो.''

सगळी तुटक माहिती ऐकताना यशोदा अंतर्मुख झाली. अनाथपणा ती भोगतच होती. आतापावेतो भोगलेलंही होतं. आपल्यासारख्या असणाऱ्या या माणसाला पाहण्याची तिची इच्छा एकदम तीव्र झाली. ती हळूच म्हणाली, ''दिसायला बरा आहे का?''

बाळ एकदम मोकळा हसला. ''एकदम सुरेख आहे. बहुतेक त्यामुळेच ही पोरगी पाघळली.''

यशोदाही हसली. वातावरण सैल झालं. ''असू दे.'' ती म्हणाली – ''सगळ्यांनाच सगळं मिळत नसतं. त्याला सांभाळून घ्या. असा सगळीकडून सुटा असेल तर तुम्हाला फार जीव लावेल!''

पुन्हा नकळत त्या न पाहिलेल्या माणसाविषयी ती सहानुभूतीनं भरून गेल्या. ''नाव काय आहे?''

''राधो.''

ती पुन्हा हसली. ''काय तरी बाई विचित्र नाव!'' ती पुटपुटली.

''त्याचं कुणी नाव ठेवलंय? आश्रमात जे म्हणत होते तेच नाव– राधो.''

आला तसा बाळ परत गेला. जाताना पुष्कळच निवळून गेला. मनाविरुद्ध का होईना सोनलनं लग्न केलंय, मुंबईला बंगला आहे, आपलं जे आहे ते सगळं एकट्या तिचंच आहे. आता आपण मोकळे झालो, असं सांगत सांगत गेला.

मधली पाच वर्षे झपाट्यात गेली. खरं तर मधली किती वर्षे झपाट्यात गेली त्याचं मोजमापही बाईसांनी ठेवलं नाही. त्या स्वत: पुष्कळशा सावरल्या. डोक्यावरच्या रुपेरी रेषा वाढत होत्या. आयुष्य आपोआप पुढं सरकत होतं. मन म्हटलं तर व्यवहारात गुंतून ठेवलं होतं आणि म्हटलं तर कुठल्याही क्षणी इथून सुटून जायला तयार होतं. मधल्या येणाऱ्या बाळच्या पत्रांवरून, कधी सोनलच्या वळवासारख्या येणाऱ्या पत्रांवरून तिकडच्या बातम्या कळत होत्या. कधीतरी सोनलनं तिचे विविध मुद्रांमधले, पोजमधले फोटो पाठवले होते आणि बाईसांच्या आग्रहावरून तिचा आणि राधोचाही फोटो पाठवला होता. त्यांना दोघंही आवडत होती.

दिवाळीच्या आधी भात कापायला आलेला. घरात नोकरमाणसांची धावपळ सुरू झालेली. तशा गडबडीत एका मोटारीतून सोनल आणि राधो उतरले.

ना सांगितलेलं ना कळवलेलं. बाईसा एकदम चकित झाल्या. आनंदानं त्यांनी दोघांना घरात घेतलं. गडबडीनं काय करू अन् काय नको होऊन गेलं. सोनल गंमत वाटल्यासारखी, लाजऱ्या चेहऱ्यानं त्यांची लगबग पाहत होती आणि राधो शांतपणे मागच्या विहिरीसमोरच्या पारावर झाडाखाली बसून सिगारेटवर सिगारेट फुंकत होता. त्यानं आल्यापासून कपडेसुद्धा बदलले नव्हते.

स्वयंपाकघरात सोनलला एकीकडे घेऊन त्या म्हणाल्या, "का गं, जावईबुवांचं काही बिनसलयं का? आल्यापासून कपडेही बदलले नाहीत."

जोरात हसत सोनल म्हणाली, "कोण, राधो? मुलखाचा आळशी आहे! आणि येताना त्याचं न ऐकता बाबांना न घेता आले म्हणून रुसलाय. बस्स!"

तिच्या प्रत्येक वाक्यानिशी बाईसा अवाक होत होत्या. राधो? आळशी? वडिलांना न आणणं ही छोटी बाब? आवाज कमी करीत त्या म्हणाल्या, "बाळला का नाही आणलं?"

"अगं फार बोर करतात ते. सारखी राधोची कड घेऊन मला बोलतात."

वडील बोलतात ते त्रासदायक वाटतं? त्यांनी राधोची कड घेतलेली हिला आवडत नाही? स्वत:च्या नवऱ्याची? त्या विचारचक्रात अडकल्या. बाळ राधोची कड का घेतो? तो सोनलला का बोलतो? का रागावतो? हिला काय सांगतो आणि हिला पटत नाही? सगळे प्रश्न वावटळीसारखे. पण वावटळीसारखे शमले मात्र नाहीत. त्या बारकाईने दोघांचं वागणं पाहत होत्या. राधो अबोल होता, पण चेहरा इतका बोलका होता की राग, लोभ, आनंद– सगळं दाखवायचा. मुख्य म्हणजे त्याचे डोळे विलक्षण मऊ होते. प्रेमळ आणि आर्जवी. खरं तर त्याच्या रुबाबदार शरीराला थोडेसे उन्मत्त डोळेही चालले असते; पण त्या डोळ्यांनी त्याची छबीच पालटायची. तो एखाद्या गंभीर माणसासारखा दिसायचा. सोनल मात्र स्वत:तच गुंतलेली होती. आपल्या लाडक्या भाचीला या पद्धतीनं पाहताना बाईसा मनातून हबकूनच गेल्या होत्या. हिला समजून सांगावं तरी कुठल्या पद्धतीनं? ही तर फक्त स्वत:चाच विचार करत आहे.

सोनल त्यांना अनेक समारंभांत काढलेले फोटो दाखवीत होती. त्यात राधो नव्हता. सोनलच्या कुठल्याही अत्युच्च क्षणात राधो नव्हता. बाईसानं विचारलंसुद्धा, "या समारंभात राधो नव्हता का गं?" तसं सोनल म्हणाली, "त्यालाच विचारा."

ती दोघं त्यांच्याकडे आठवडाभर राहिली. जाण्याच्या आदल्या रात्री सोनल गावातल्या देसायांकडे जेवायला गेली. राधोनं मात्र गावात कुणाकडंही जाणं

नाकारलं. राधोला विक्षिप्त माणूस म्हणूनच सगळे पाहत होते. सोनलनं त्याला सांभाळून घ्यावं असं बाईसांना वाटत गेलं. पण तिनं कधी तो प्रयत्न केला नाही.

बाईसा मागच्या अंगणात उन्हाला बसलेल्या पाहून राधो आला. हळूच. पाय न वाजवता बाईसांच्या समोर उभा राहिला, तशा त्या दचकल्या. सावरून बसल्यासारख्या झाल्या. अवघडून गेल्या. कारण आल्यापासून राधो त्यांच्याकडे नुसताच पाहत होता. त्याच्या पाहण्यामागे काही हेतू आहे असं बाईसांना वाटत होतं. हा आपल्याशी बोलू इच्छितो हे त्यांना कळत होतं. काय पाहिजे याला? त्यांनी त्याला बसायची खूण केली. एखाद्या आज्ञाधारक मुलासारखा तो बसला. बाईसांनी प्रश्नार्थक पाहिलं.

"मला थोडं बोलायचं होतं.''

"बोला ना!''

कशी सुरुवात करावी हे त्याला कळेना. कदाचित आपण हे बोलणार आहोत हे ठरवीत होता. पण प्रत्यक्षात कसं बोलावं असा विश्वास नसावा तसं झालं. बराच वेळ तो बोललाच नाही. एकदम म्हणाला, "तुम्ही आमच्याबरोबर मुंबईला चला ना!''

"मीऽऽ'' बाईसांना फार आश्चर्य वाटलं. "काहीतरीच काय बोलता? मी या वाड्याच्या बाहेर पडते ते फक्त बाळला भेटायला. तेही सटीसहामाशी, कधीतरी.''

"पण इथे तुम्ही एकट्याच राहता. इथे राहायचं ते तिथं राहा.''

"इथला व्याप केवढा आहे! हा कोण सांभाळील?''

"कधीतरी तुम्हाला हे सोडावंच लागणार आहे. किती दिवस तुम्ही हे करीत राहणार? शिवाय म्हातारपणी तुम्हाला कोण सांभाळणार?''

बाईसांनी खोल श्वास घेतला. त्यांच्या मनात कितीतरी वेळा येऊन गेलेला प्रश्न. त्यांनी स्वतःपुरतं उत्तरही शोधून ठेवलेलं होतं. "म्हातारी झालेच आता. सांभाळू शकतेय तोवर सांभाळीन व्याप. मग सगळं तुमचंच आहे.''

"बाईसा, आम्ही कधी इकडे येणार नाही. मी येऊ शकतो, पण सोनल नाही. ती शहरात वाढलेली. तिथेच राहणारी. दिवसेंदिवस मोठमोठी शहरं पाहण्याचा अट्टाहास धरणारी. तुम्ही आम्हाला ही इस्टेट देऊ नका. आहे ते खूप आहे. शिवाय पैसा आणि मान, या दोन गोष्टींतच सोनलला इंटरेस्ट आहे. दोन्ही तिला भरपूर मिळतंय.'' तो पुन्हा थांबला— आपण नको तेच बोललो असं पाहून त्याच्या बाईसा संबोधण्यानं त्या एकदम चमकल्या होत्या. खूप जवळकीनं आणि मोकळेपणानं तो बोलत होता. "बाईसा, तुम्ही आमच्याबरोबर चलाच. सोनल तुमचं ऐकते. तुमचा मान करते, तसं बाबांचं ती ऐकत नाही.''

"पण मी येऊन करू काय?" त्या शेवटी म्हणाल्या.

"तुम्ही काहीही करू नका. फक्त सोनलला सांभाळा. ती फार मनस्वी आहे. आपल्या मनाप्रमाणे चालणारी. कधी कधी मला फार भीती वाटते... "

त्यानं वाक्य अर्धवट ठेवलं. त्याचे डोळे भरून आले. पण त्यानं डोकं खाली लटकवलं. पाणी जिरून जाईतो वर केलं नाही. चेहरा वर केल्यावर त्यानं फक्त त्यांच्याकडे प्रश्नार्थक, आर्जवानं पाहिलं. वातावरणातला ताण सैल व्हावा म्हणून बाईसा म्हणाल्या, "बरं येईन, बघते कसं जमतं ते."

राधो झटकन पुढं झाला. बाईसांचा हात हातात धरीत म्हणाला, "बघू नका. चलाच!"

बाईसा एकदम कावऱ्याबावऱ्या झाल्या. राधोच्या त्या ओलसर, कोमट स्पर्शाने त्यांच्या कणाकणांतल्या कितीतरी आठवणी जाग्या झाल्या. त्यांनी स्वत:ला सावरलं. गडबड न करता राधोचे हात दूर केले.

राधो पुढे परत जाईतो एकही वाक्य धड बोलला नाही. सतत सिगारेटी पिणं आणि एकट्या बाईसा असतील तर त्यांच्याकडे आर्जवानं पाहणं, एवढंच त्यानं केलं.

सोनल निघताना बाईसांना रडू आलं. सोनल गहिवरली. टपोऱ्या सोनचाफ्याच्या कळीसारख्या सोनलला पोटाशी धरताना बाईसा हुंदक्यानं भरून गेल्या. "सोना, आता भरल्या पायानं ये गं." तिला आशीर्वाद देताना म्हणाल्या.

तशाही स्थितीत सोनल म्हणाली, "तेवढा आशीर्वाद सोडून दुसरा कुठलाही आशीर्वाद दे."

"का ग?"

"मला अजून खूप काही करायचंय. माझ्या गळ्यात एवढ्यात लोढणं नको."

अनपेक्षितपणे राधो म्हणाला, "नवऱ्याचं एक लोढणं पडलंय तेवढं पुरे."

सोनलनं झटकन रागानं त्याच्याकडे पाहिलं.

घाईनं बाईसा म्हणाल्या, "ते तिनं तिच्या मर्जीनं केलंय ना, मग लोढणं कसं?"

तितक्याच थंडपणे राधो म्हणाला, "तेव्हा जे केलंय, त्याचा तिला फार पश्चात्ताप होतोय. तिलाच विचारा! ती सांगेल– सगळेच निर्णय बरोबर असतातच असं नाही."

सोनलनं मान हलवली. जणू राधोचं सगळंच गंभीर बोलणं मानेच्या एका झटक्यासरशी उडवून लावलं. त्याच्याकडे संपूर्ण दुर्लक्ष करून तिनं बाईसांना पुन्हा गळामिठी घातली आणि निघून गेली.

बाईसांच्या मनात मात्र कोलाहल माजला. बाळचा या लग्नाला असलेला विरोध, मुलीचं स्वत: लग्न करून घेणं, त्या अनाथ पोराचं बाईसाला एकटं पाहून गळ घालणं, त्याला वाटत असलेली भीती आणि त्याच्याकडं सोनलचं दुर्लक्ष. सगळ्या गोष्टी त्यांच्या एकदम डोळ्यांपुढं यायच्या. त्यांच्या मनात जी भीती होती ती खरी ठरली.

साधारण चार महिन्यांनी राधोचं पत्र आलं. 'बाईसा, तुम्ही या! सोनल कुणाचं ऐकत नाही. हल्ली जास्त बाहेरच असते. माझा तिला कधीच धाक वाटला नाही. बाबांचाही नाही. आता माझी पत्रास वाटत नाही. एखाद्या लुभ्र्या कुत्र्यासारखा तिच्या दारात पडलोय. तिच्या दिमाखावर, पैशावर जगतो आणि मनापासून प्रेम करतो. तुम्ही ताबडतोब या. निदान माझ्यासाठी तरी!'

राधोच्या पत्रानं बाईसांच्या मनातला कोलाहल जणू संपला. राधोसाठी तरी जायलाच हवं. राधोसाठी तरी...

'का?' हा प्रश्न त्यांनी स्वत:ला विचारला नाही. गाडीतून मुंबईत उतरता क्षणी सोनलऐवजी राधोला कुशीत घ्यावं असं वाटून गेलं किंवा वाटतच राहिलं. नेहमीच्या सवयीनं त्यांनी स्वत:च स्वत:ला ओढून घेतलं आणि गेली दोन-तीन वर्षे सतत त्या याच प्रयत्नात राहिल्या, की सोनल ठिकाणावर येईल; पण त्यांचा प्रत्येक प्रयत्न असफल राहिला.

सोनलविषयीची त्यांची माया सारखी आडवी आली. सोनलला समजावत असताना त्यांना एकीकडे अभिमान वाटायचा. एवढीशी पोर, केवढं कर्तृत्व गाजवतेय असं वाटायचं आणि राधोकडं पाहिलं की पोटात तुटून यायचं. सोनल त्याला चांगली वागणूक देत नव्हती ते जाणवायचं. तो तिच्या आजूबाजूला घुटमळायचा, कधी तिला खूश करण्याचा प्रयत्न करायचा. चांगल्या मूडमध्ये असली तरच सोनल त्याच्या विनोदात सहभागी व्हायची; पण बहुतेक वेळेला कोणी तरी यायचं. तिच्या चाहत्यांचं मंडळ वाढतं होतं– कधी संयोजक यायचे, कधी हाय सोसायटीतली धेंडं. मग राधो दूर व्हायचा. दुखावलेला राधो लांब, बागेतल्या कोपऱ्यात जाऊन बसायचा. अंधार गडद व्हायचा. सोनलच्या लक्षातही यायचं नाही. मग बाईसाच उठायच्या. तो तिथून निघून गेल्यापासून त्यांचं सोनलकडं, सोनलच्या कोंडाळ्यांकडं लक्ष नसायचं. त्यांना कोपऱ्यातल्या अंधारातला राधो दिसायचा. दिसतच राहायचा. पण लागलीच उठून जाणं शक्य नसायचं. आलेले सगळे त्यांचा सोनलइतकाच – किंबहुना थोडा जास्तच आदर करायचे.

सगळे सोनलमध्ये आणि ती त्यांच्यात गुंतली की त्या राधोपाशी यायच्या. एखाद्या छोट्या रुसलेल्या, दुखावलेल्या मुलासारखा राधो बसलेला असायचा. तिथून त्याला समजावत घरात आणताना त्यांच्या नाकी दम यायचा. पण ते

सगळं करतानाही त्यांना त्याची ओढच जाणवायची. त्याला हळू, हाताला धरून सर्व समजावताना त्यांनाही कळायचं नाही, त्या हे करताहेत.

पण हेही चित्र पालटलं. सोनलच्या युरोप दौऱ्याला राधोनं कडाडून विरोध केला. खरं तर सोनलनं विचारलंसुद्धा नव्हतं. बाईसानंच त्याला वाईट वाटू नये म्हणून हे एकीकडे घेऊन सांगितलं होतं. पण त्याचा पवित्रा पाहून सोनल आश्चर्यचकित झाली. त्याला बोलावं असं म्हणाली,

''मी तर तुला विचारलंच नाहीये. निमंत्रण मला आलंय. मी जाणारच आहे. हा माझ्या करिअरचा प्रश्न आहे. तुला बरोबर नेणार होते, पण तुझी तशी इच्छा नसली तर नरेनला नेईन!''

'तुला बरोबर नेणार होते' या वाक्यानं राधो चिडला. तिला तोंड टाकून बोलला आणि तीही त्वेषानं भांडली.

सोनल राधोला बरोबर न घेता चार महिन्यांचा दौरा नरेनबरोबर करून आली. सगळ्यांनी स्तुती केली. स्तुतीबरोबरच तिच्या आणि नरेनच्या संबंधांवर प्रचंड लिहिलं गेलं.

हताश राधो आता बाईसांच्या आधारावर घरात होता. त्याला घराबाहेर जाण्याची भाषा त्यांनी काढू दिली नव्हती. राधो तिथंच होता. बाईसांच्या आग्रहानं राहिलेला. सोनलही तिथेच होती. बाईसांच्या आधारानं जाणारी. त्यांना देवतुल्य मानणारी, लोकांना मानायला लावणारी. अन् बाईसा! दोघांच्या कात्रीत सापडलेल्या बाळच्या अस्तित्वहीन आयुष्याकडं असहाय पाहणाऱ्या; राधोसाठी जीव टाकणाऱ्या; स्वत:च्याच आयुष्याचा संपूर्ण विचार संपवून टाकल्यासारख्या; लोकांनी दाखविलेल्या, आदरामुळे झुकताना, तो घेताना सगळ्या भावना दडपून टाकायच्या, मोकळं, हलकं हसायच्या.

सतत नम्रतेनं बोलणाऱ्या सोनलचं तोंडभरून कौतुक करताना, तोंड पाडून गंभीर बसलेल्या राधोकडं त्यांचं लक्ष असायचं आणि त्याच्याकडं पाहताना त्यांचा ऊर भरून यायचा. सगळं टाकून त्याच्यापाशी जाण्याची इच्छा दडपीत त्या बसायच्या. पण हल्ली हे सगळंच त्यांना त्रासदायक होत होतं. राधोला घेऊन गावी निघून गेलं तर काय होईल, असंही वाटायचं.

एकाएकी बाहेरून मोठाले आवाज ऐकू येऊ लागले. विचारांच्या तंद्रीतून बाईसा बाहेर आल्या. सोनल किंचाळत होती आणि बरोबर राधोचाही चढता आवाज ऐकू येत होता. तेवढ्यात गडी आत आला. खोलीत प्रकाश केला. घाईघाईनं म्हणाला, ''बाईसा, जल्दी चला, बाईसाहेबांचं अन् सायबांचं लईच जुंपलय.''

धडपडत बाईसा उठल्या. सोनलच्या खोलीत त्या गेल्या, तेव्हा तिथं प्रचंड

पसारा पडलेला होता. कपडे अस्ताव्यस्त पडलेले, सामान पसरलेलं. कपड्यांचं भान सरलेली सोनल ओरडत होती, ''माझ्यावर नाही ना विश्वास तुझा? मग निघून जा इथून!''

बाईसा मध्ये पडल्या. ''सोनल, शांत हो. काय लावलंय तुम्ही? लहान आहात का? काय राधो, मी काय सांगते नेहमी? स्वत:वर थोडाही संयम ठेवत नाहीत. बाहेर हॉलमध्ये माणसं आहेत. आजूबाजूला नोकरमाणसंही आहेत. कशाचं तरी भान ठेवा.''

हात ओवाळीत वेडावलेल्या आवाजात सोनल ओरडली, ''भान काय मी एकटीनंच ठेवायचं का? याला सांग की थोडं. बाजूच्या गोष्टींचं भान यानं ठेवावं. फक्त माझ्यावर नजर ठेवण्याचं काम करतोय. त्याच्यापेक्षा हातपाय हलवून थोडं कामधाम करा. पोटापुरता तरी पैसा मिळवा!''

''सोनल, गप्प बस!'' बाईसा म्हणाल्या.

''मी गप्प बसणार नाही. हा मला काय करणार? सगळं मी कमावलंय. हा माझ्या पैशावर, माझ्या बापाच्या पैशावर राहतोय आणि वर तोंड वर करून मला बोलतोय?''

रागानं राधो वेडा झाला, ''तू गप्प बस. बाजारबसवीसारखी फिरतेस. तू काय कमावणार? आणि तुझ्या तुकड्यावर फार इच्छेनं राहिलो नाही मी. तुला ओळखताच येणार नाही.'' बोलता बोलता त्याला रडू आलं.

''मला काय म्हणतोस?'' सोनल कडाडली. ''तू असशील अशा एखादीचा. नाही तरी पत्ता आहेच कुठल्या गोष्टीचा, म्हणून पडलास माझ्या दाराशी? एखादा अभिमानाचा असता तर केव्हाच गेला असता निघून.''

''बस!'' राधो सोनलवर धावून गेला. बाईसा मध्ये पडायच्या आत सोनलच्या गालावर काडकन हात पडला आणि सगळं एकदम स्तब्ध झालं. एक क्षण कुणाला कळलंच नाही काय झालं ते. दुसऱ्या क्षणी सोनल चवताळून उठली. बाईसा मध्ये पडल्या. त्यांना एका झटक्यात तिनं दूर सारलं– त्यासरशी त्या तोल जाऊन पडल्या. राधो बाईसांकडे धावला. सोनलनं त्याला कळण्यापूर्वी त्याचं मनगट पकडून त्याला सगळ्या बळानिशी दूर ढकलून दिलं.

बेसावध राधो अडखळला आणि धाडदिशी कोसळला. त्या स्थितीत दोघांना टाकून ताडताड पावलं आपटत सोनल निघून गेली. बाईसा धडपडत उठल्या. त्यांच्या सगळ्या अंगाचा काप चालला होता. डोळे गळत होते. त्या राधोपाशी पोचल्या. राधोला हात देऊन बसता केला. पण बसता करतानाच त्यांचं लक्ष त्याच्या पूर्ण कोसळलेल्या चेहऱ्याकडं गेलं. असहाय झालेल्या राधोनं केविलवाणं बाईसांच्या चेहऱ्याकडे पाहिलं.

एका क्षणात बाईसानं त्याला कवेत घेतलं. त्यांच्या कुशीत राधो शिरला आणि बाईसांचं मन मायेच्या पहिल्या आवेगानं भरून गेलं. त्या स्पर्शासरशी कितीतरी वास त्यांच्या मनात जागे झाले होते. ते कोसळणं किंवा आधार देणं याच्यापलीकडे त्यांच्या अनाथपणाच्या साधर्म्यानं त्यांच्या व्यथित आयुष्याचा वास... अंधाऱ्या माजघरातल्या पेटीतल्या कपड्यांचा वास... कोवळ्या जिवाची कातडी कधीही न भोगलेल्या बाईसांनी माजघरातून मन ओढून काढलं. सवयीनं आणि निष्पाप नवजात बालकाकडे कुतूहलानं पाहावं तसं त्या राधोकडे पाहू लागल्या.

/

२
दिशाहीन

घरात एवढी गडबड की कोण येतंय, कोण जातंय याच्याकडे पाहायला व्हायचं नाही. दिवाणखाना सतत माणसांनी भरलेला. चहाचे कप, ॲश-ट्रे, नेहमीचं दृश्य. माई सतत कुणाशी ना कुणाशी बोलत असणार.

रोमा घरात आली. अगदी सावकाश. प्रत्येक पाऊल विचारपूर्वक, जाणीवपूर्वक टाकलेलं जड. विचाराधीन.

तिनं दिवाणखान्याच्या गर्दीकडे पाहिलं. किंबहुना त्या सगळ्यांच्या पलीकडेही पाहिलं. कुठे काहीच दिसलं नाही. एक सपाट भाग. माणसांच्या आरपार, घरादाराला छेदीत, जमिनीला छेदीत एकच एक. अंधुक प्रकाशात विलीन झालेला. जिथं माणसं, झाडं, घरं, इच्छा सगळ्यांना निरर्थक ठरवण्याचं सामर्थ्य आहे आणि तरीही तो मृत्यू नाही.

दगडी समाधीखाली सगळे संत अशाच सपाट पृष्ठभागावरून क्षणार्धात स्वत:ला विलीन करून घेऊ शकलेले. तिला वाटलं, आपण मरणार वगैरे नाहीच. कुठल्यातरी निरिच्छ पायरीवर आपण आहोत, इथून पुढच्या पायऱ्या अशाच आहेत, एकसारख्या– सपाट. न संपणाऱ्या.

भला मोठा उतार उतरताना जसं पायवाटेवरच लक्ष राहावं, थोडंही भ्रमचित्त होऊ नये, तसं तिचं झालं. दिवाणखान्यात बसलेल्या माईवरूनही तिची नजर दगडावरून फिरून गेल्यासारखी निर्विकारपणे फिरली... तिची पाठ होईतो माईंचंही तिच्याकडे लक्ष गेलं नाही. लक्ष जाताच त्या थोड्या आश्चर्यचकित झाल्या.

"रोमा... " त्यांनी हाक मारली.

ती वळली नाही, अगदी संथ, काही न ऐकल्यासारखी जिना चढत वर जाऊ लागली. माई थोडं उठल्यासारखं झाल्या, पुन्हा टेकल्या.

"कळेल काय ते नंतर," असं स्वत:ला समजावीत त्या गुबगुबीत सोफ्यात रेलल्या. समोरच्याशी राजकारणावर बोलण्यात रंगून गेल्या. आपली सुस्वरूप

मुलगी दगडाजवळून जावं तशी आपल्या जवळून निघून गेली, हे विसरून गेल्या.

दुपारच्या दोनला स्वयंपाकीणबाई मनातल्या मनात करवादत दाराशी आल्या. जेवायचं तयार आहे हे सांगायची बहुधा वीस-पंचविसावी खेप. 'आले आले' करीत माईचा निरोप समारंभ सुरू झाला. सोफ्याजवळ उभं राहून थोडा वेळ दाराशी, थोडा वेळ पायऱ्यांवर, थोडा वेळ फाटकाशी. दहा मिनिटांचा दीर्घ सुस्कारा टाकून स्वयंपाकीणबाई आत गेल्या. शेवटच्या व्हिजिटरचं शेवटचं वाक्य अजून माईच्या चेहऱ्यावर होतं, ते मंद हसू पसरवीत त्या आत आल्या, मावशींना म्हणाल्या, "पानं मांडा."

कपाळावर छोटी आठी चढवीत मावशी पानं मांडू लागल्या. सगळ्यांची जेवणं उरकल्यावरच त्यांना घरी जायला मिळणार होतं.

माई टेबलला बसल्या. पलीकडे विजू बसला. नंतर त्याची बायको मोहिनी, मुलगी सोना. सगळ्यांवरून माईंनी समाधानानं समीक्षात्मक नजर फिरवली. निर्गुण, निराकारासारखी बसलेली सून. चपळपण दाबून ठेवल्यासारखी सोनी. आज्ञाधारक, खाली मान घालून बसलेला वय वर्षे चाळीस असलेला विजू. माई विजूकडं पाहत असताना एकदम हल्लक झाल्या. आपल्या आज्ञाधारक मुलाविषयी अभिमानानं भारून जाऊन त्यांनी निःसंग सुनेकडे एक तिरका कटाक्ष टाकला.

ताटं पुढं आली. त्यांनी भात कालवून घास तोंडाशी नेला– तसाच खाली आणला. टेबलाजवळ उभ्या असलेल्या मावशींकडे प्रश्नार्थक पाहत त्या म्हणाल्या, "रोमा जेवली का?"

"ताईसाहेब कधी आल्या?" मावशी म्हणाल्या.

"रोमा कधी आली?" विजूही म्हणाला.

त्यांचे सगळ्याचे चेहरे ताणल्यासारखे उत्सुकतापूर्ण झाले. सुनेकडे एक रागाचा कटाक्ष टाकून माईंनी एक सुस्कारा टाकला. डाव्या हातानं खुर्ची ढकलत त्यांनी उजवा हात ताटात झटकला. विजू जागीच चुळबुळला. मोहिनीनं त्याला डोळ्यांनंच बसून राहण्याची खूण केली. घाईघाईत माई जिना चढून वर आल्या. अगदी अधीर होऊन त्यांनी रोमाच्या खोलीचा दरवाजा लोटला. रोमा कॉटवर झोपलेली होती. उजवा हात तिनं डोळ्यांवर येईलसा ठेवला होता.

"रोमा, काय झालं गं?' माई तिच्यावर वाकत म्हणाल्या,

"काही नाही." अगदी तुटक आवाजात रोमा म्हणाली.

"काही नाही कसं? तू अशी कुणाशी न बोलता वर निघून आलीस? विजूलासुद्धा बोलली नाहीस?"

ती शांत.

माईच रेटत नेत म्हणाल्या, "एकटी आलीस? रोहनला का आणलं नाहीस?

का तो दिनेशबरोबर गेलाय?''

ती बोलली नाही.

आवाजातली चीड दाबत माई म्हणाल्या, ''तुला काही बोलायचं नाही का? बरं नसलं तर राहू दे. झोप घे. झोप झाल्यावर बोलू.''

त्या उठल्या. दरवाजापर्यंत जाईतो त्यांना वाटलं ती बोलेल, पण ती बोलली नाही. दरवाजापाशी त्या थबकल्या. वळून बघितलं तर ती तशीच. आपल्या निर्विकार पोरीकडे पाहताना त्यांना एकदम भरून आल्यासारखं झालं. आवाज मऊ करीत त्या म्हणाल्या,

''मावशींना खायला करायचं सांगून ठेवते. उठल्यावर थोडं खाऊन घे गं.'' त्यांच्या पावलांचा आवाज हलका हलका होत गेला.

खाली डायनिंग टेबलावर फक्त विजू बसलेला होता. बाकीची ताटंही उचलून नेलेली होती. सुनेच्या अलिप्त वागण्यानं त्या एकदम चिडल्यासारख्या झाल्या.

''विजू, अरे रोमा आली, वर तिच्या खोलीत गेली आणि घरात कुणाला पत्ता नाही? ती नाही बोलली समजा, तिचं दुखत वगैरे असेल. पण बाकीची घरातली माणसं काय करतात? घरात बाहेरून माणूस येऊन राहून जाईल तरी घरातल्यांना कळणार नाही.''

विजू न बोलता ताटात रेघा मारीत बसला. त्यानं माईंकडे फक्त प्रश्नार्थक पाहिलं. पुन्हा रेघा मारणं सुरू केलं.

''रेघा मारू नको रे उष्ट्या ताटात. दरिद्री लक्षण.'' त्या एकदम गप्प झाल्या. विजूची मुलगी दोन वर्षांत लग्नाला येईल.

दरवाजामागं हात धुण्याचं निमित्त करीत मोहिनी उभी होती. तिनं एक सुस्कारा टाकला. आपल्या खोलीत जायला निघाली. तिला पॅसेजमध्ये पाठमोरी पाहिली तशी माई मोठ्यानं म्हणाल्या.

''रोमा न जेवताच झोपलीय. उठल्यावर तिला खायला करून द्या.''

त्या संबोधनविरहित वाक्यावर हलकेच मोहिनी वळली. फक्त मावशीकडे पाहत म्हणाली,

''मावशी, तुम्ही आहात ना?''

''मी जरा घरी जाऊन येते ना!''

''नको. आज इथेच जेवा आणि थांबा.'' ती म्हणाली.

पुढची वाक्यं तिनं मनात म्हटली,

'त्यांच्या लाडक्या राणीसाहेब आल्यात. त्यांची झोप झाल्यावर त्यांना खायला द्या.'

विजू आळीपाळीने मोहिनी, मावशी, माईकडे पाहत होता. तो बोलला

नाही. उठलाही नाही. तिरसटल्यासारख्या माई म्हणाल्या,

"झालं असलं तर ऊठ. माझं झालंच आहे."

तो उठला. भूक गेल्यासारख्या माई नुसत्याच ताटावर बसून राहिल्या. फोनची घंटी खणाणली. सोनी खोलीतून फोन घ्यायला बाहेर गेली. दिवाणखान्यातून ओरडली, "माईऽ तुमचा फोन."

स्वयंपाकीण मावशींचा चेहरा सैल झाला. सुटल्यासारखं त्या पुटपुटल्या, "सकाळ संपली."

घड्याळात साडेतीन झाले होते.

विजू खोलीत आल्या आल्या मोहिनी उखडली. "आता कोण येतंय-जातंय हे पाहायला मी फाटकावरच उभी राहते. म्हणजे येणाऱ्या-जाणाऱ्या प्रत्येकाची मला नोंद करता येईल."

"जाऊ दे ना, मी तर म्हणालो नाही ना?"

त्याचा आवाजात हेटाळून ती म्हणाली, "तुम्ही केव्हा काही म्हणालात म्हणून आता म्हणणार आहात. आणली तशी मी माझ्या खोलीच्या भिंतीत बंद आहे. पोरगीसुद्धा हॉलमध्ये जाऊ धजत नाही."

"तिला कोणी अडवलंय का?"

"हॉलमधली माणसं हटतील तर कोणी तिथं जाईल ना. साऱ्या सकाळपासून माणसं येत राहणार."

"तुला माणसांत यायला बंदी आहे का?"

"नाही. म्हणजे तशी केलेली नाही. पण डोळ्यांच्या धाकात तिथं बसून राहायचं, त्यापेक्षा न गेलेलं बरं."

मोहिनीला आठवलं– लग्न झाल्यावर जेमतेम एकदीड वर्षात सासरे अपघातात गेले. त्या घराच्या तेवढ्या कमी अनुभवानंसुद्धा तिला वाटलं, बाबा गेले ते बरंच झालं. बाबा एकतर त्यांच्या खोलीत असायचे. फारच झालं तर स्वयंपाकघराच्या मागल्या पडवीत बसायचे. जाळी लावून तिथं आडोसा केला होता. त्या आडोशाला बसून वाचायचे. सुरुवातीला मोहिनीला याचं आश्चर्य वाटायचं. माईंकडे माणसांची वर्दळ असायची. त्या चार-पाच संस्थांच्या कार्यकारिणीवर. एका-दोन संस्थांवर प्रेसिडेंट. शिवाय सरकारी कमिट्यांवर. त्यांचा जो रुबाब बाहेर, तोच घरात.

घर म्हणजे एकूण मातृसत्ताक कुटुंबपद्धतीप्रमाणं. याला स्त्री असून अपवाद म्हणजे मोहिनी. खालोखाल रुबाब रोमाचा. विजू आणि बाबा म्हणजे घरच्या चौकटीसारखे. म्हटलं तर आधार, पण स्वत:ची किंमत नाही. चौकटीबाहेरचं जग चौकटीबाहेर ठेवायला असमर्थ.

तर बाबा गेले– चटकन गेले ते बरं झालं, कारण ते आजारी होऊन

बिछान्यावर खिळून पडले असते तर त्यांचा वाली कोणी राहिला नसता. कीव करीत मावशींनी जेवू घातलं असतं आणि पोटच्या खळग्याचा विचार करीत महादू माळ्यानं धुणं-पुसणं केलं असतं.

बाबा गेल्यावरही दृश्यं मोठी मजेदार असायची. भेटायला येणाऱ्या पाहुण्यासरशी माईचं वागणं बदलत असल्यासारखं मोहिनीला वाटायचं. गावाकडचा आला तर डोळ्यांला पदर लावून मोठ्यांदा हुंदके देत, बोलत बोलत रडायच्या आणि सुशिक्षित, शहरी येताच गंभीर भाव चेहऱ्यावर पसरवून बसायच्या. बराच वेळ असं गंभीर बसल्यावर मग आध्यात्मिक असं काहीतरी बोलायच्या.

बाहेर पडणारी माणसं त्यांच्या व्यक्तिमत्त्वानं भारावून बाहेर पडायची. गावाकडच्याला त्यांचं मोठं दु:ख दिसायचं. "आता बाई माणूस एकटं पडलं म्हणजे लई वंगाळ बघा," असे ते पुटपुटायचे. बाकीचे त्यांच्या धीरोदात्त स्वभावानं भारावून जायचे. इतक्या दु:खात स्वत:च्या गुणवत्तेत भर घालण्याचं काम त्यांनी चालू ठेवलेलं होतं.

ते अति होऊन डाचलं तेव्हा मोहिनी विजूला म्हणाली होती–

"त्या इतकी नाटकं करतात की कधी वाटतं, त्यांना खरं दु:ख झालंच नाही."

"तुला काय माहिती आहे? तू तिच्या मनात शिरून पाहिलं आहेस का?" विजू थंडपणे म्हणाला.

"स्वत:चा नवरा गेलेली बाई, त्याच्यावर जीव असल्यावर असं वागणार नाही."

"असं म्हणजे कसं?"

ती तोंड उघडणार तोच तो म्हणाला, "ते मला सांगूही नकोस. जे त्यांना करायचंय ते करू दे. मध्ये पडू नकोस."

"बिचारे बाबा जिवंत होते तेव्हाही सुख नाही, मेल्यावरही हे असं?"

तडकून विजू म्हणाला, "आता एवढा पुळका कशासाठी आणणं चाललंय? होते तेव्हा कोणती सेवा करून दिवे लावलेत म्हणून आता हळहळणं चाललंय?"

मोहिनी गप्प झाली.

खरंच होतं. आपण तरी या एकदीड वर्षात त्यांना कधी काही विचारलंय? उलट रोमा, विजू आणि माईचं वागणं पाहून आपण बाबांचं घरातलं स्थान जोखलं. मन राखावं असं सासरचं एक माणूस आपोआपच कमी झालं. मग मन राखावं अशी माणसं उरली तीनच. माईंविषयी तिला अतीव आदर होता. त्याचं कारणही तसं. लग्न ठरल्यापासून लोकांनी तिला इतकी चांगली सासू मिळणार असल्याबद्दल तिची पाठ थोपटली होती आणि लग्न झाल्यावरही जवळच्या नातेवाइकांपासून ते थेट विजूपर्यंत प्रत्येकानं त्यांचं महत्त्व सांगून सांगून तिच्या

आदराला पुष्टी दिली होती.

मोहिनीला आठवला तो माईंचा, आताही विजूला चिडून बोलताना कडवट झालेला चेहरा. बागेत त्या वाचत असताना सोनी धावत धावत त्यांच्याकडे गेली. तेव्हा ती पाच-सहा वर्षांची असेल, त्यांचं पुस्तक बाजूला करून त्यांना उठवू लागली. तिच्याबरोबर खेळावं म्हणून आग्रह करू लागली. तशा त्या चिडल्या. तिचा हात झटकून टाकत 'जा घरात जाऊन खेळ जा' म्हणत असताना तिला त्यांनी जवळ जवळ ढकलूनच दिलं. तोल गेलेली सोनी थोडी बाजूला कलंडल्यासारखी झाली. तेवढ्यात लॉनवरून समाचारचे संपादक येताना दिसले. तशा माई झटकन वाकल्या. एखादाच सेकंद तो कडवट भाव त्यांच्या चेहऱ्यावर दिसला. लागलीच सगळा सीन बदलला. मोठ्या प्रेमानं त्यांनी तिला जवळ घेतलं. मळलेला फ्रॉक झटकत झटकत त्या तिच्याशी बोलू लागल्या. तेव्हा सोनी गोंधळाच्या पहिल्या टप्प्यात होती.

संपादक सलामीलाच बोलले, ''काय ॲक्टिव्ह आहात तुम्ही. एवढ्या गडबडीच्या आयुष्यात नातीशी खेळायला वेळ काढता.''

लटकंच माई म्हणाल्या, ''हो ना, अरविंदो वाचायला घेतलेत, पण ही छोटी ऐकतच नाही बघा!''

भांबावलेली सोनी एकदा संपादकाकडे, एकदा माईंकडे पाहत होती. थोड्या वेळानं वातावरण बरं बसल्याचं तिनं ताडलं, तसं त्यांच्या बोलण्यात व्यत्यय आणत ती माईंना खेळायचा आग्रह करू लागली. माई तिला प्रेमाने, न रागावता माशी झटकतात तसं करू लागल्या.

संपादक जाताच माई उखडल्या. सोनीच्या गालावर चापट उठली. तिला ढकलून माई वर निघून गेल्या. त्यांच्या बदलत्या रंगानं सोनीच्या मनाचा एक कोपरा रंगून गेला. त्या कडवट चेहऱ्याला सामोरे गेले की तिच्या मनाच्या कोपऱ्यातला रंग झळाळून उठायचं, अन्यथा माईच्या प्रसिद्धीनं ती खुश होती. गावात बाहेरगावच्या सभासंमेलनांत ती कधी कधी जेव्हा जायची, तेव्हा माईच्या मोठेपणानं मान घेऊन, भारावून परत यायची.

स्वत:च्या आईचा त्रागा ती समजू शकत नव्हती. घरी आलेल्या हार-गुच्छांनी ती समाधान पावायची. शाळेतल्या बक्षीस समारंभाला त्यांना बोलावलं तेव्हा त्यांनी मोहिनीला आग्रहानं बरोबर नेलं. समारंभानंतरच्या चहापानाला सोनी माईंना अगदी खेटून खेटून राहिली आणि लांब चेहरा करून दूर उभ्या राहिलेल्या आपल्या आईला ती समजू शकली नाही.

अगदी थेट मागच्या वर्षापर्यंत. जेव्हा विजूच्या फॅक्टरीत संप झाला, त्या रात्री विजूनं माईंची बोलणी खाल्ली. अगदी मूर्ख, गाढवपासून खुळचट, बावळटपर्यंत सगळे शब्द आपल्या वडिलांसाठी वापरले गेलेले सोनीने ऐकले. एका कोपऱ्यात मोहिनी आणि ती उभ्या होत्या. मागे टीव्ही चालू होता. माई एखाद्या रणचंडीसारख्या चवताळून बोलत होत्या. विजूच्या गाढवपणानं कामगार कसे ढिले सुटले, संप कसा झाला, त्या सांगत होत्या. चिडून जाब विचारत होत्या.

खाली मान घालून एका फॅक्टरीचा मालक ते ऐकत होता. त्याची बारावीला असलेली, समज आलेली मुलगी आपल्या वडिलांच्या लढत न देण्यानं दुखावत होती. एकाच वेळेला अनेक गोष्टी मनात कोसळत होत्या.

त्या प्रसंगानं सोनीच्या मनात एक गाठ बसली होती. एक सकाळ, एक लहानपणी न खेळलेला खेळ, एक कडवट चेहरा; आताही बोलता बोलता पुन्हा तो चेहरा सगळे पडदे सारून बाहेर येताना तिने पाहिला.

त्या दिवसापासून ती एकदम समजदार झाली. रात्री आईवडिलांच्या खोलीजवळ घुटमळली. आईच्या हुंदक्यांनी तिची सगळी रात्र भरून गेली.

रोमाचेही असेच तिनं अस्पष्ट ऐकलेले हुंदके तिच्या मनात स्पष्ट झाले. चिडून माई जवळ जवळ तिला मारायलाच निघालेल्या सोनीला आठवल्या. मोहिनीच्या खोलीत रडत रडत रोमानं दिलेला जबाब ती एका बाजूला उभी राहून ऐकत होती. तेव्हा मोहिनी आणि रोमा दोघींना तिनं एकाच भावनेत पाहिलं. पुन्हा रोमा कधी अशी रडली नाही. बागवानाचा भाचा जग्गू पुन्हा कधी बंगल्याजवळही दिसला नाही.

त्यानंतर रोमा फक्त जिद्दी होत गेली. माईंनी दिनेशशी लग्नाला आडवं घातलं नाही. तो इंडस्ट्रियालिस्ट बापाचा मुलगा होता. शिवाय आंतरजातीय विवाह करू दिल्यानं माईंच्या सामाजिक जाणिवेला एक रुपेरी झालर आपोआपच लागली.

या सगळ्यात सोनी एकदम शहाणी झाली. बाहेर, समारंभांत, मैत्रिणींकडे, माईंची सामाजिक सुधारणा, गरिबांसाठीची तळमळ, त्यांचं कार्य, स्वत:चं आयुष्य पणाला लावून कसं करतात हे ऐकताना ती हसून मान डोलवत हो म्हणून लागली. घरात परका माणूस शिरताच आपल्या खोलीत जाऊ लागली.

माईंशी आवश्यक तेवढंच बोलू लागली. सतत घाबरत राहणारे वडील आणि धुसफुसत कोंदट आयुष्य काढणारी आई यांना तिनं सतत समोर ठेवलं. रोमाचा छोटा रोहन या एकाकीपणात तिला आवडू लागला. रोमा बरेच वेळा घरी येई, त्यामुळे सतत येणारा रोहन तिचा मित्र झाला.

आज रोमा पुन्हा आली. एकटीच. या वेळेला तर रोहनही बरोबर नाही. विजूचं विचारचक्र चालू होतं.

आज रोहन आला नाहीय. शिवाय लागलीच येणारा दिनेशचा फोनही आलेला नाही.

विजूला एकदीड महिन्यापूर्वी दिनेश बोलल्याचं आठवलं. तो आणि दिनेश हॉटेलमध्ये भेटले होते. दिनेशनं फोन केला म्हणून. सगळी आग दिनेशनं विजूपुढं ओकली होती.

"इतकी जिद्दी आणि मस्तवाल पोरगी मी पाहिली नाहीये. ती मला आवडते. फार आवडते. पण एके काळी ज्या जिद्दीवर, गुणांवर प्रेम केलं ती जिद्द अशी तापदायक ठरेल हे स्वप्नातसुद्धा पाहू शकलो नसतो."

तो अगदी चिडून, वैतागून अगतिक झाला होता.

"लुक विजय, शी वॉंट्स टू गो ॲब्रॉड ऑल अलोन. ओ.के. आय ॲग्री. पण केव्हा? रोहन अडीच-तीन वर्षांचा आहे. अवर फर्स्ट चाइल्ड. त्याचं काय करायचं? माझ्या पॅरॅलिसिस झालेल्या आईकडे लक्ष कुणी ठेवायचं? ही काय तिचे पाय चेपीत बसत नाही. फक्त नोकरांकडून, नर्सकडून करून घ्यायचं! तेवढंही नाही. आता ही व्हीम. आय ॲम टायर्ड, व्हेरी टायर्ड."

तो डोकं दोन्ही हातांत धरून बसला. विजूनं लार्ज व्हिस्कीचा ग्लास पाण्यासारखा गटागटा पिऊन खाली ठेवला. दिनेश त्याच्याकडे अपेक्षेनं आला होता. विजूजवळ उत्तर नव्हतं.

दोन तास त्याच्याजवळ बसून त्याला काहीकाही सांगत विजूनं वेळ काढला होता. रोमाचा भाऊ काहीही करू शकत नाही हे दिनेशनं विजूच्या कृतीत एकदा जोखलं होतं. पार्किंगपाशी गाडीजवळ जाताना दिनेश कडवट, कुत्सित आवाजात म्हणाला होता,

"आय शुड थिंक, धिस इज माय लॉट आफ्टर ऑल, इजंट इट? आय गॉट टू डील विथ इट मायसेल्फ."

विजूनं न बोलता खिशात चाचपडल्यासारखं केलं होतं– जो स्वत:च दुसऱ्याच्या खिशात होता.

जेवण उरकल्यावर हलक्या पायानं विजू वर गेला. खोलीचं दार हळूच ढकलून त्यानं डोकावून पाहिलं. रोमा त्याच अवस्थेत झोपलेली होती. थोडं खाकरल्यासारखं करून त्यानं दार स्वत: जाण्याइतपत उघडलं. आत येत तो रोमाला उद्देशून म्हणाला,

"रोमा,"

हाकेला रोमानं उत्तर दिलं नाही.

"रोमा."

ती जागी असल्याचं त्यानं ताडलं होतं. तिनं डोळ्यांवरचा हात बाजूला केला. डोळ्यांनीच प्रश्नार्थक पाहिलं.

तिचा चेहरा सकून गेला होता. डोळ्यांना खाली पिशव्या आलेल्या होत्या. जागरण आणि रडणं दोन्ही झाल्याची खूण. मुख्य म्हणजे तिच्या चेहऱ्यावर तो जिद्दी, मस्तवाल भाव अजिबात नव्हता. होता फक्त थकवा. आपल्या धाकट्या बहिणीला अशी पाहताना एकदम फार मागे सोडून गेलेली रक्ताची तार त्याच्यात पुन्हा शिरली. त्या एकाच तारेनं तो जोडला गेला. पुढं होत त्यानं तिच्या पाठीवर हात टेकवला. काही न बोलता ती त्याच्या कमरेला मिठी घालून रडू लागली.

थोडा वेळ दोघंही बोलले नाहीत. जिना उतरताना त्याच्या पुढं मोठा गुंता होता. त्यापुढं एक मोठं प्रश्नचिन्ह आणि कधीही कुणालाच न समजू शकणारा काळ.

जिन्याच्या टोकाशी माई उभ्या होत्या. रोमानं उपेक्षिलेल्या. माईनं त्याला न बोलता हाताला धरून खोलीत नेलं. बंद दाराच्या आत विजूनं गुदमरल्या आवाजात सांगितलं की रोमा नवऱ्याला कायमचा सोडून आलीय. रोहनला दिनेश तिच्याकडे सोपवायला तयार नाही. बस.

घरात तर्क-वितर्क सुरू झाले. नोकरांत कुजबूज सुरू झाली. घरी येणाऱ्या प्रत्येक माणसाला काय सांगायचं हे ठरेना. त्यामुळे गोंधळलेल्या चेहऱ्याच्या माणसांना पाहत पाहुणेही शंका-कुशंका आणि उत्सुकता वाढवीत परतू लागले. नोकरांजवळ, ड्रायव्हरजवळ थबकू लागले.

ज्या येणाऱ्या व्हिजिटर्सचं भूषण माई मिरवत होत्या, तेच त्यांची मानसिक अस्वस्थता वाढवीत होते.

रोमा बोलत नव्हती. एका करारी, निश्चयी आवाजात घरात सगळ्यांसमोर तिनं एकदाच सांगितलं होतं की, ती परत जाणार नाही. तिला ठेवायचं असेल तर ठेवून घ्यावं. नाहीतर ती दुसऱ्या एखाद्या आश्रमात जाईल. माई धसकून गेल्या होत्या. रोमाला दिवस गेल्याचं त्यांना माहिती होतं. तिला विचारणं शक्य नव्हतं, म्हणून त्यांनी दिनेशला भेटायला ठरवलं.

दिनेशकडे चांगल्या स्वागताची अपेक्षा नव्हतीच. त्या जाताक्षणीच पक्षी चाहुलीनं उडावेत तशी माणसं पांगली. फक्त त्या आणि दिनेश बसले. दिनेशनं जे सांगितलं त्यानं त्या शॉक बसल्यासारख्या झाल्या.

रोमाला ड्रेस डिझाईनिंगचं बुटिक उघडायचं होतं. काही ड्रेस कंपन्यांशी तिचं बोलणं झालं होतं. वर्षातले किमान सहा महिने ती परदेशांत राहणार होती आणि सुरुवातीची दोन वर्षं अनेक देशांत धंद्याच्या निमित्तानं फिरणार होती.

याला दिनेशचा विरोध होता. अगदी सुरुवातीपासून. पण ती ऐकत नव्हती. रोहन तिच्या मार्गातला अडथळा तर होताच; पण पोटात वाढणारा गर्भही होता. प्रायमरी स्टेप म्हणून घरात कुणाला न सांगताच तिनं गर्भपातही करून घेतला होता. डॉ. सेठनानं दिनेशला सांगितलं होतं– सगळं संपवल्यावर.

दिनेशनं मान जोरात हलवून सांगितलं, ''मला ती नकोय. तिला घर नकोय. मुलं नकोत. करियर करायचं होतं तिनं तेच करावं. तुमच्यासारखी समर्थ आई तिच्या पाठीशी आहे. वशिले आहेत. सरकार-दरबारी वजन आहे. माझ्यासारख्या माणसाला घराची आवश्यकता आहे. तेव्हा झालं हे ठीक झालं, रोहन माझ्याकडे राहील.''

पराभूत योद्ध्यासारख्या माई परतल्या. संताप, अगतिकता, लोकाचाराची चाड. त्यांच्या सगळ्या आयुष्याला मुलीनं एकदम ग्रहण लावलं. पण त्यांनी पदर खोचला. त्या कधी हरल्या नव्हत्या. आता दिवाणखान्यात लेकीचा नवरा, सासरची मंडळी कशी वाईट यावर त्या एखादं वाक्य बोलू लागल्या. रीतसर रोमाच्या समजूतदार माहेराची जाणीव ऐकणाऱ्यांना झाली.

विजू, मोहिनी, सोनी या बदलत्या पवित्र्यानं भांबावून गेले. सगळं समजून आलं तरी त्यांनी आपली मत आपापल्या बेडरूममध्ये ठेवली. रोमाला ना घरात कुणी बोलत होतं ना बाहेर. तिच्या खोलीत तिचे व्यवहार चालले होते. संध्याकाळी कधीतरी ती विजूशी बोले. माईचं वागणं नुसतं पाहत होती. मोठ्या होत होत माई आणखी मोठ्या होत होत्या. लेकीला जाब न विचारता त्यांनी तिला पंखाखाली ठेवलं होतं आणि त्याच्याच जोरावर सहानुभूतीही मिळवत होत्या. मुद्दाम नोकरांसमोर, लोकांपुढे माई म्हणायच्या–

''तिची काही चूक नाही. स्त्रीमुक्तीचं युग आहे आणि आमचं घर कधीच बुरसटलेल्या विचारांचं नव्हतं. तिनं केलं ते योग्यच केलं. स्त्री अशी गळचेपी किती दिवस सहन करणार? मी आता तिला 'स्त्री-सुधार'ची सेक्रेटरी करतेय. ती स्वत:च एक ज्वलंत उदाहरण आहे.''

समोरचा भारावून हो म्हणायचा. माईच्या सुंदर पण ताठ वाटणाऱ्या मुलीची नुसती ओळखच फार मोठी गोष्ट झाली, असं समजून, वारा बीजं पेरायला निघतो तसा घराबाहेर पडायचा.

सात-आठ महिने बंद खोलीत विचारांच्या भेंडोळ्यांत फिरणाऱ्या रोमाला वाटलं, आपण रोहन, दिनेशची आठवण मागे टाकायचा प्रयत्न करत होतो. सातआठ महिन्यांत तिनं बोहरच्यांच्या नको तितक्या कुत्सित, उत्सुक नजरा पाहिल्या होत्या. मोहिनीनं समजावलेली वाक्यं आठवत होती. सोनीची दबलेली शांतता, विजूची सुरुवातीची आपुलकी आणि नंतरचं दुर्लक्ष, नोकरांच्या सततच्या

खाणाखुणा, दुकानदारापासून मैत्रिणींपर्यंत करत असलेली मखलाशी. ती कुठंच पाय रोवून नव्हती.

आतापर्यंत तिच्या सासरच्यांवर आणि दिनेशवर धब्बे पाडून झाले होते. एका सकाळी रोमानं रोजच्यासारखंच हे पाहिलं. तिला दिनेशची तीव्रतेनं आठवण झाली. ती वाट तिनं हातानं बंद केली होती.

हॉलमध्ये माणसं बसलेली होती. रोमा सावकाश पायऱ्या उतरून आली. माई मोठं हसू हसत ये गं म्हणाल्या. समोरचे उठून हात जोडून मागच्या वर्षीच्या समारंभात तिचं भाषण छान झाल्याचं बोलले.

रोमानं एकदा त्या सोफ्याकडे, माणसांकडे, माईंकडे पाहिलं. सगळ्यांच्या पलीकडे पाहिलं. एक सपाट भाव माणसांच्या आरपार घरादारांना छेदीत एकाच रेघेसारखा– ज्या रेघेला अर्थ आहे आणि नाहीही. किंवा निरर्थक ठरण्याचं सामर्थ्य आहे आणि मृत्यू नाही. ध्येयहीन पुतळीसारखी रोमा त्या रेघेवरून पुढे सरकून जाण्यासाठी निघाली.

तिला वाटलं आपण कुठल्यातरी निरिच्छ पायरीवर उभं आहोत. इथून सगळ्या पायऱ्या सारख्याच आहेत. बहुधा.

सपाट...

दिशाहीन...

३

शिडी

तो आरशासमोर किंचित वाकला, मागच्या खिशातून कंगवा काढून आपले भरघोस केस विंचरले आणि मानेला असा काही झटका दिला की पाहिजे तेवढे केस कपाळावर आले. डोळ्यांवरचा आधुनिक पद्धतीचा चष्मा त्याने दोन्ही हातांनी ठीक केल्यासारखा केला. किंचित मागे होऊन वळून त्याने सुमाताईकडे अभिप्रायार्थ पाहिलं...

ती हसली. समाधानाने त्याने पुन्हा मान हलवली 'सगळं ठीक आहे' या अर्थानं.

"बोधी, तुझी उंची इतकी आहे की तुला वाकावं लागतंय. अशानं उसण भरेल पाठीत." तिचा स्वर मायाळू होता.

"मग माझ्यासाठी उंच आरसा लावून घे. म्हणजे मी स्वतःला उभा आणि आडवा दोन्हीही पाहू शकेन."

"तुझ्या जगण्याच्या पद्धतीनं तर मला सगळं घरच बदलावं लागेल. तुझ्या आवडीनिवडी मुलखावेगळ्या."

"नुसता आरसा बदलून मागितला सुमाक्का. घर नाही. तू सुतावरून स्वर्गाला चाललीस." तो गंभीर झाला. ती खोटंच मोठ्यांदा हसली. म्हणाली,

"घरही बदलते तू म्हणत असशील तर... पण तू कितीदा येणार?"

तो थोडाही रागावू नये अशी तिची इच्छा. निदान आता जाताना तरी. तिच्या चेहऱ्यावरची चलबिचल लपली नाही. तो तिच्याकडे टक लावून पाहत होता. त्याच्या तसा पाहण्यानं ती संकोचली.

"काय झालं?" त्यानं विचारलं.

"काही नाही. आपलं मन किती वेडं असतं नाही? वास्तविक तुला तुझं घर आहे. आईवडील, कुटुंब आहे. तरीही तू इथं येऊन राहशील असं मला वाटलंच कसं? याचा एक अर्थ की तू यावंस वाटतंय!"

"बापरे! तू पक्की लेखिका आहेस. मी मानतोच तुला. मीच का, सगळं जग

उत्कृष्ट लेखिका म्हणून उगाच डोक्यावर घेतं की काय?'' तो म्हणाला.

''विषय टाळलास. तू चतुरच आहेस म्हणा. मीच म्हातारी आपली मायेपोटी बोलते झाले!''

''तू अन् म्हातारी? सुमाक्का, तू पस्तीशीचीसुद्धा दिसत नाहीस. तुझ्या भाषणांच्या वेळी लोक ऐकतात कमी आणि पाहतात जास्त असं मला वाटतं! मी पहिल्यांदा तुला पाहिलं ना, अगदी भुईसपाट झालो!''

''पुरे! पुरे! '' ती घाईने म्हणाली. त्यानं पुढे बोलावं असं वाटत असूनही बोलू नये असंही तिला वाटलं.

''मग आता आहे का जाण्याची आज्ञा?'' तो कमरेत वाकत नाटकी ढंगानं बोलला.

किंचित वाकून त्याने श्वास रोधल्यामुळे त्याच्या गोऱ्या चेहऱ्यावर तांबूस झाक उमटली. भरदार केसांखालच्या मोठ्या कपाळावरची शीर तटतटली. त्याचे रुंद खांदे, भरदार मान, कानांवरची लाली सुमाच्या डोळ्यांत भरली. त्याच्या उमद्या चेहऱ्यानं त्या लोभावल्या.

त्या हसल्या तसा सुबोध म्हणाला.

''सुमाक्का, तू हसलीस की किती छान दिसतेस. दिवस कसा प्रसन्न होऊन उठतो बघ!''

''चल रे! लागला मला हरभऱ्याच्या झाडावर चढवायला!'' ती.

''उगाच नाही म्हणत, रोज सकाळी साडेसहाच्या ठोक्याला हा गरीब चित्रकार उगाच येतो की काय? या मॉर्निंग वॉकचा माझ्या तब्येतीवर आणि सामाजिक प्रतिष्ठेवर किती मोठा परिणाम झालाय– तू कल्पना करू शकत नाहीस. हे हरभऱ्यावर चढवणं नव्हे!'' त्याने बोटाने बजावलं.

''मला माहिती आहे. या झाडावर चढणं सोपं आहे, उतरणं अवघड.'' ती.

''परवा मला मित्र म्हणाला, सकाळी सकाळी पऱ्यांच्या संगतीत फिरत असतोस म्हणून. शप्पथ, खोटं नाही सांगत.''

''तुझ्याशी बोलणं म्हणजे...''

''बरं, तूच आरशात बघ आणि मला सांग.''

''बघायचे दिवस राहिले माझे! सत्तेचाळीस पूर्ण झालीत मला. आता पन्नाशी एका ढांगेत गाठेन.'' सुमा.

''कर्तृत्ववान माणसाचं वय त्याच्या कर्तृत्वावर अवलंबून असतं.'' सुबोध म्हणाला.

''माझं काय कर्तृत्व? लिहिते झालं!''

''हे मात्र फार झालं. आज काय स्तुती करून घ्यायची ठरवलीयेस की

काय? एवढी मोठी लेखिका तू. वर्षातून दोन तरी पुरस्कार घेतेस. दिवाळी अंकासाठी थप्पी लागते. कोणतीही साहित्यकृती असो, तू तयारीनं लिहिणार आणि तेही उत्तम. केव्हा लिहितेस कळत नाही.''

''कसं कळणार? चोवीस तास माझ्याबरोबर कुठं असतोस?'' सुमा पुन्हा पूर्वपदावर आली.

एकीकडे असं अधिक बोलणं योग्य नाही हे कळत असूनही स्वत:ला ती थांबवू शकत नव्हती.

गेल्या कित्येक दिवसांत– वर्षांत म्हणा ना तिला माईशिवाय कुणी अगं-तुगं म्हणणारं भेटलं नव्हतं आणि अगदी अचानक सुबोध तिच्या आयुष्यात आला. तरुण, सुंदर, देखणा, स्मार्ट, गोरा, उंचापुरा, उत्तम शिष्टाचार असणारा. स्वत:च्या कपड्यांबाबत, चालण्या-बोलण्याबाबत चोखंदळ. सतर्क. मुख्य म्हणजे उगवता उत्तम चित्रकार म्हणून नावलौकिक पावत असलेला. तिच्या पुस्तकांसाठी मुखपृष्ठ काढायला म्हणून प्रकाशकानं त्याला सांगितलं होतं.

वास्तविक दिवसाकाठी दोन-तीन तरी नवीन माणसं तिला येऊन भेटायची. त्यात नवीन काही नव्हतं. तिच्या लिखाणामुळे ती सतत प्रसिद्धीच्या झोतात असायची. तसाच हा भेटला.

लाघवी. लावका. पुन्हा भेटावा असं तिला पहिल्या भेटीतच वाटलं. सुरुवातीला त्याचा मोकळा खळखळता स्वभाव भारी आवडला. बोलताना त्याने नको तेवढा आदर दाखवला नाही. उलट खूपच दिवसांची ओळख असल्यासारखा बोलला. तिची जवळ जवळ सगळी पुस्तकं त्याने वाचली होती. आवडीनं कधीतरी तोही तिच्या पुस्तकासाठी चित्र काढेल असं स्वप्न घेऊन आणि तरीही आर्थिक बाब न डावलू देता त्याने ते साधलंही. तिच्या कलेचा आदर करीत त्याने तिच्या लिखाणातल्या अनेक खुब्या सांगितल्या होत्या.

त्याच्या बोलण्याने ती विलक्षण सुखावली होती. अनेक वाचक हे तिला सांगतच होते, पण सुबोधमध्ये काहीतरी वेगळं होतं. तिला कळलं नव्हतं तरी जाणवलं होतं.

आश्चर्य म्हणजे आठवडाभरात तो चित्र घेऊन दाखल झाला होता. चित्रात त्याला त्या कादंबरीत जे जाणवलं ते त्याने कसं रेखाटलं, हे सांगितलं होतं. रंगछटांबाबत तिच्याशी विस्तृत चर्चा केली होती. रंगांबाबत तो स्वत: विलक्षण संवेदनाक्षम होता. तिला चित्रातलं फारसं कळत नसलं तरीही तिने त्यात लक्ष घालून ऐकलं होतं आणि चित्रं– विशेषत: 'मॉडर्न आर्ट' तिला अजिबात कळत नसल्याची कबुली दिली होती.

या भेटीतच त्याने तिचं पोर्ट्रेट काढण्याची इच्छा प्रदर्शित केली होती.

तिनेही फारसे आढेवेढे न घेता ते कबूल केलं होतं.

पोर्ट्रेटच्या निमित्तानं तो आला. नंतर वरचेवर येतच राहिला होता. त्यांच्या घरात, दिवाणखान्यात बसता बसता स्वयंपाकघर ते तिची खोली ही मजल त्याने सहज पार केली होती. जेवणालाही थांबत होता आणि सुरुवातीला अर्धा तास थांबून निघून जाणारा आता घड्याळाकडे पाहतही नव्हता. त्याचा सुबोध हा उल्लेख आता प्रेमाने 'बोधी' असा होत होता. अर्थातच तो खूश होता आणि सुमाताईंची त्याने 'सुमाक्का' केल्याने कुणाकडून काही विरोधही व्हायचं कारण नव्हते.

तरीही सुमाला हे माहिती होतं की, हे 'नातं' अक्का वगैरेचं नाही. तिच्या संवेदनाक्षम मनाने त्याच्याभोवती एक सुंदर, सहज प्रेमाचं नातं विणायला सुरुवात केली होती आणि तोही हे जाणून होता. ती त्याच्यात गुंतत होती. त्यामुळे चोवीस तासांचं गणित तिच्या डोक्यातच नव्हे तर ओठावरही येत होतं.

माई मात्र त्याचा उत्साह आणि मुलीची ओढ यामुळे दचकत होत्या. त्याचं येणं-जाणं, मोकळं वागणं यामुळे त्यांच्या वागण्यात नकळत थोडा तुटकपणा, कोरडेपणा आला होता.

तिची तंद्री मोडत तो म्हणाला,

"कुठे लक्ष आहे सुमाक्का, मी निघालोय. चोवीस तास इथं बसलो तर माझ्या पोटापाण्याचं आणि बायकोचं काय करू?"

"बायको?" त्या नकळत दचकून म्हणाल्या.

"माझी चित्रं गं. निघू?"

"संध्याकाळी येणार ना? कार्यक्रम साडेपाचला आहे. तू थोडा उशिरा आलास तरी चालेल." तिने विचारलं.

"येणार म्हणजे काय? येणारच."

तो सहज म्हणाला, त्याने केसांतून हात फिरवला. सुमा त्याच्या लांब बोटांकडे, मोठ्या पंजाकडे भारावल्यासारखी पाहत होती.

तेवढ्यात आतून माई आल्या. सुबोधला पाहताच त्या परत जाणार, पण त्यांचं लक्ष सुमाकडे गेलं. तिच्या चेहऱ्यावरचा एकाग्र भाव, लोभावल्यासारखं पाहणं आणि व्याकुळता त्यांच्या डोळ्यांना खुपली. त्यांना पाहताच तो निघाला.

"रात्री इथे जेवणार का रे?" त्यांनी थेट सुबोधला विचारलं.

"नको. कार्यक्रमानंतर करकरेंकडे जाईन. तिथे खाणं होईल."

तो निघाला. माई वळल्या. वळताना त्यांनी डोळ्यांच्या कोपऱ्यातून सुबोधकडे पाहिलं. तो झटकन आत आला. सुमाच्या गालाला हात लावून 'बाय' केलं आणि निघून गेला.

सुमा एकदम स्तब्ध झाली. माईंनी पाहिलं की काय या कल्पनेने तिची छाती धडधडायला लागली. त्यांच्या दिशेने पाहण्याचं धाडसही तिला झालं नाही.

राघवला, तिच्या नवऱ्याला जाऊन दहाबारा वर्षे झाली होती. यात भेटीपुरता कुणाचा हात हातात आला तेवढाच. नाहीतर माईचा मायेचा हात आणि आता इतक्या वर्षांनंतर सुबोध. त्याचे सहज झालेले स्पर्श. नंतर सहज झाले, असं दाखवणारे स्पर्श.

आणि अशात हेतुत: करत असलेले स्पर्श सुखाचा परमावधी जाणवून देणारे.

त्याचं सहज जवळ बसणं, तिच्या डोक्यावरून हात फिरवणं, हात हातात धरून बसून राहणं, नाकावरून तर कधी कपाळावरून बोट फिरवणं. कधी कोणी नसताना मित्रासारखा खांद्याभोवती हात टाकणं अशा कितीतरी कृती. कितीतरी स्पर्श. तिच्या पायाखालची जमीन परकी करणारे... तिला आभाळात उंच नेऊन झुलवणारे स्पर्श... तिचं वैधव्य हवेत उडवून लावणारे...

तिच्या जबाबदार व्यक्तिमत्त्वातून तिला अलगद तारुण्यात नेणारे. पानांच्या हिरवाईला तजेला देणारे.

माईच्या चाणाक्ष नजरेतून ही गोष्ट सुटली नव्हती. त्याचा परिणाम म्हणून त्यांचं आणि सुमाचं जबरदस्त भांडण झालं होतं.

कारण असं झालं. सुबोधने सुमाला बाहेर जेवायला येण्याचं आमंत्रण दिलं. अर्थातच तिला एकटीला. तेही रात्री. माईच्या मते एका प्रौढ बाईनं एका तरुण मुलाबरोबर रात्री जाणं योग्य नाही. त्यात ती सुपरिचित लेखिका. शिवाय विधवा. त्यात लोकांना तिच्या पूर्वायुष्याविषयी चांगली माहिती. कारण राघव एक मोठा प्रकाशक होता. त्याने आत्महत्या केल्यानं या प्रकरणाचा भरपूर गवगवा झाला होता.

त्यात अनेक वावड्याही उठल्या होत्या. राघवशी लग्न न करता ती तशीच त्याच्याबरोबर राहत होती, इथपासून ते तिच्या चारित्र्यामुळे हा धनाढ्य प्रकाशक त्रासून त्यानं आत्महत्या केली इथपर्यंत अफवा होत्या; तर एकीकडे तिच्या कादंबऱ्यांमुळे त्याचा बुडीत गेलेला धंदा बरा चालत होता आणि कर्जबाजारी होऊन त्याने हे पाऊल उचललेलं इथपर्यंत चर्चा होत्या. त्या सुमारास सुमाने आपली एक मोठी ऐतिहासिक कादंबरी दुसऱ्या प्रकाशकाला दिलेली असल्यामुळे रोजच्या बातम्यांचा सुळसुळाट झाला होता.

माईच्या मते सुमा उत्तम लेखिका होती म्हणूनच लोक गप्प बसत होते किंवा तिच्या तोंडावर काही बोलत नव्हते. पण मुलाखतींमध्ये हटकून हा विषय

काढतच होते. तिच्या त्या दु:खातही तिचं नाव त्या दुसऱ्या प्रकाशकाबरोबर जोडलं होतं आणि काही काळातच ती त्याच्याबरोबर लग्न करेल अशी भविष्यंही वर्तवली होती.

या सगळ्या पार्श्वभूमीवर माईंचा संताप त्यांना स्वत:ला रास्त वाटत होता.

"हा मुलगा मला वेगळा वाटतो," ही सुरुवात करून त्यांनी सुमाला समजावण्याचा प्रयत्न सुरू केला होता. त्या म्हणाल्या होत्या–

"तुझ्यापेक्षा वयानं लहान आहे. तुला सारखं सुमाक्का, सुमाक्का करीत मागेपुढे हिंडतो. पण त्याची नजर वेगळंच सांगते. इतक्या इतक्या वेळ का कुणी दुसऱ्याच्या घरी बसतं? काम झालं, म्हणजे निघायचं. पण ते नाहीच. दोन दोन तास बसतो. सारख्या गप्पा, हसणं, नाहीतर तुझ्याकडे पाहत स्तुती करणं. मी म्हातारी खरी, पण एवढं समजत नाही की काय मला? डोळे आहेत की गोट्या माझ्या?"

"लेखक, कलावंत असंच मनस्वी जगतात." सुमानं मध्ये तोडलं होतं.

"डोंबल. ती काय माणसं नसतात की काय? मनस्वी जगायचं म्हणजे वयं विसरायचं, समाज विसरायचा आणि सोयिस्कर जगायचं असंच ना? मग जनावरं काय वेगळं जगतात? आणि तू? तू लहान आहेस का? पोरं झाली असती तर सून नाहीतर जावई आला असता आतापर्यंत! मला तुमच्या साहित्य, कलेतलं नाही कळत, पण माणसाच्या मनाचं कळतं. किती कविता सांगतो तो, पण कधी देशप्रेमाच्या, पोरासोरांच्या, निसर्गाच्या सांगतो का? एकतर बाईच्या रूपाच्या तरी नाही तर प्रेमकविता! तूही हसत ऐकतेस. खरं तर तूच त्याला फटकारायचं. पण ते नाही. नाहीतर त्या इंग्रजी सिनेमाच्या कॅसेट्स! इतरांना काय वाटत असेल, लोक काय समजतील याची तुला इतकी पर्वा नाही? तू त्याला वारा देऊ नकोस. अशा फाजील प्रोत्साहनामुळेच आधी राघवही आला घरात. तेव्हा गप्प बसले मी. पण आता मात्र गप्प राहवत नाही. तुझ्या वयाच्या मुलीला काबूत ठेवणं तरी शक्य आहे?"

माईंच्या या रूद्र रूपाने सुमा दबली खरी. पण बोधीला येऊ नको म्हणून मात्र सांगू शकली नाही. यात त्याच्याइतकीच ती ओढली जातेय हे कळूनही; किंबहुना त्याच्यापेक्षाही जास्त ती त्याच्या सहवासाला उत्सुक होती.

त्या रात्री ती जेवायला गेलीच. सुबोधनंही कळस केला. 'क्रेझी बाईट' नावाच्या अत्याधुनिक हॉटेलात तिला नेलं. आजूबाजूला तरुण मुलंमुली. त्यांचे आधुनिक पोशाख, पाश्चिमात्य वातावरण, पाश्चिमात्य संगीताच्या मागे हळू आवाजातला ताल, मोकळी हसणारी, बोलणारी तरुण पिढी.

काही वेळात सुमा हलकी झाली. पायानं संगीताचा ताल धरला. मनातलं

हिरवेपण जागं झालं. तसं ते जागं व्हायला उत्सुक होतंच. बाजूची हिरवळ, मंद प्रकाशात चमकणारी झाडं, जागोजागी ठेवलेली सुंदर फुलं आणि त्यात एरवीच संवेदनक्षम आणि स्वप्नाळू सुमा, त्यात बरोबर सुबोध. ती फुटल्यासारखी बोलायला लागली किती तरी विषयांवर. झाडाला येणाऱ्या पालवीवर, नुकत्याच फुगीर होत चाललेल्या कळीवर, पानांच्या रंगछटांवर, संथ पाण्यावर, लवलवत्या पात्यांवर, लहानपणीच्या आठवणींवर.

सुबोध मन लावून फक्त तिच्याकडे पाहत होता. फार वर्षांनी आपण इतकं बोलतोय असं तिला वाटून गेलं.

रात्री रिक्षातून परत येताना ती सुबोधच्या कुशीत होती. तरीही आपण काही वावगं करतोय असं तिला वाटलं नव्हतं.

उलट सुरवंटाचं फुलपाखरू होतं तसं वठलेल्या फुलपाखराच्या पंखांवरही रंग उधळून येताहेत असंच तिला वाटलं होतं. सुबोधने तिला एक धुंदी दिली होती. तिच्या स्त्रीत्वाची जाणीव करून दिली होती.

त्या धुंदीतून बाहेर पडायला तिचं मन तयार नव्हतं. ती स्वत:शी लटकेच बोलायला शिकत होती. स्वत:ला बजावत होती. आरशासमोर कमरेपर्यंत लांब, दाट केस सोडून बसत होती. स्वत:च्या चेहऱ्याचा आढावा घेऊ लागली होती. स्वत:ला वय विसरत सांगत होती, ''फार काळी नाहीये तशी मी. थोडी सावळी आहे. डोळे मोठे आहेत, नाकानं थोडा मार खाल्लाय, पण कुणाला काळजी आहे? यश आहे. पैसा आहे. प्रतिष्ठा आहे.'' त्याची एक वेगळीच झळाळी तिला तिच्या व्यक्तिमत्त्वात जाणवत होती.

पण ती स्वत:ला बजावत होती.

''वय वर्षे अठ्ठेचाळीस बरं का. लहान नाही. तरुण तर अजिबात नाही. पाय घसरायचं वय मागे पडून योजनं झालीत. केसात रुपेर आलीये. केस रंगवायला आलेत. पण बोधी म्हणतो, माझ्यात जादू आहे. काय जादू आहे बुवा?''

तिच्या या वागण्याने माई मात्र दुखावल्या. माईच्या बजावण्याकडे, दुखावलं जाण्याकडे, रागावण्याकडे संपूर्ण दुर्लक्ष करण्याचं कसबही तिने कमावलं. ''खूप भोगून झालंय आता, मी पाहिजे ते मिळवणारच,'' हेही तिने त्यांना ऐकवलं.

राघवशी लग्न करतेवेळी तिचा निर्धार असाच होता, हे माई विसरल्या नाहीत. किंवा एरवी तिच्याकडे ऊठ-बस करणाऱ्यांबद्दल ती किंचित ऐकून घेते हेही माईला माहिती असल्याने मार खाल्लेल्या मुकाट जनावरासारख्या त्या घरात वावरत होत्या.

तिच्या बाहेरच्या जाहीर कार्यक्रमांतून आजकाल सुबोध बरोबर असे. त्यामुळे अनेक प्रकाशक, वितरकांशी, समाजातल्या मोठमोठ्या लोकांशी त्याच्या ओळखी

होत होत्या. कित्येकांशी ती ओळखी करून देत होती. एक ज्येष्ठ साहित्यिका ओळख करून देतेय म्हणजे या मुलात गुण असतीलच, असं इतरांना वाटत होतं. तिच्या पोर्ट्रेटमुळेही येणारे हौशी श्रीमंत तशा पद्धतीने पोर्ट्रेट करून मिळेल का याचा अंदाज घेत होते. यशस्वी होत होते.

सुबोधचं नाव सगळीकडे होत होतं. त्याला मिळणाऱ्या यशाने आणि नावाने सुमा आनंदित होत होती.

संध्याकाळी कार्यक्रमाला सुबोध ठरल्याप्रमाणे आला. थोडा उशिरा. ती व्यासपीठावर होती. सुबोध दारात दिसला तसं तिच्या छातीत धडधडलं. त्याला आत नीट निमंत्रित करतील किंवा नाही या आशंकेने तिने संयोजकांकडे पाहिलं. त्यांनी मान डोलावली. पण त्यापूर्वीच इतर आयोजक मंडळी पुढे झाली. त्यांनी सुबोधशी हस्तांदोलन केलं. त्याला आदराने पहिल्या रांगेत आणून बसवलं. सुमाच्या चेहऱ्यावरचा आनंद लपला नाही.

कार्यक्रमानंतर जेवणाला ती नको म्हणत होती; पण तिला अफाट आग्रह झाला आणि सुबोधलाही. जेवताना इतरांशी गप्पा चाललेल्या होत्या. सुरुवातीला एका कोपऱ्यात उभा राहून खाणारा किंवा सुमाच्या मागे मागे राहून विनोद-कोट्यांनी सहभागी होणारा सुबोध आता स्वत:च गराड्यात होता.

गेल्या वर्षभरात त्यानेच सुमाचे अनेक कार्यक्रम ठरवले होते. मुलाखतींना वेळा दिल्या होत्या.

एकीकडे सहायक सचिव असं स्वत:ला म्हणून घेताना त्याच्या स्वत:च्या स्टुडिओलाही तो भरपूर वेळ देत होता.

सुमाला घरी सोडण्याची जबाबदारी अर्थातच सुबोधने घेतली. टॅक्सीत टॅक्सीवाल्याचा विचार न करता ती त्याच्या कुशीत शिरली. तो किंचित ताठरल्यासारखा झाला असं तिला वाटलं, पण ती मनमोकळं बोलत राहिली.

घरी माई कशी चिडेल ते तिने त्याला करून दाखवलं. पण तो फारसं बोलत नाही हे तिच्या लक्षात आलं.

"काय झालं बोधी? तब्येत ठीक आहे ना? बोलत का नाहीस?" तिने विचारलं.

"अचानक इथे थांबावं लागलं. आज स्टुडिओत खूप काम होतं. पॅरिसला एक पोर्ट्रेट प्रदर्शन आहे. त्यात मी प्रवेशिका पाठवलीय, एक सॅम्पलसुद्धा. पाच पोर्ट्रेट घेऊन या असं त्यांचं पत्र आलंय!"

"तू बोलला नाही आधी? कधी झालं हे? तू तर रोज भेटतोस?" तिचा स्वर दुखावलेला होता.

"इतक्यातच," तो बेफिकिरीने म्हणाला. "मागे दिल्लीला गेलो होतो. तिथे हा फ्रेंच व्यवस्थापक भेटला. त्यानेच ई-मेल, पत्ता दिला."

"कोणाचं सँपल पोर्ट्रेट पाठवलं?" तिने उत्सुकतेनं विचारलं.

"अर्थातच तुझं."

"तिथल्या कमिटीत एक महाराष्ट्रीय उद्योगपती आहे. त्यानं तुझं चित्र ओळखलं. नंतर हे सगळं–"

"इतकं होऊनही तू बोलू नये हे फार झालं बोधी. आता कुणाची चार चित्रं नेणार?"

"पाच, टुबी एक्झॅक्ट. कारण सॅम्पल चित्र ते डिस्प्ले करणार नाहीत."

"हे उद्योगपती कोण रे? माझ्या ओळखीचे आहेत?"

"तर काय? तुला दोन वर्षांपूर्वी बरीच फुलंबिलं पाठवली होती. जागतिक मराठी परिषदेला तुला विमान प्रवास आणि तुझ्या मुक्कामाचा खर्च देणार होते. पण तू गेली नाहीस."

"तुझ्याशिवाय परदेशात जायचं नाही असं मी ठरवलंय."

ती लाडाने म्हणाली.

"त्यांचा पत्ता होता तुझ्याकडे. मी त्यांना पत्रं पाठवलं होतं."

"पण आता तर तू म्हणालास की कुणी फ्रेंच आर्टिस्ट म्हणून?"

"त्यांच्याकडूनच समितीच्या लोकांची नावं कळली ना."

तो म्हणाला.

तिच्या स्वरातली नाराजी त्याने जोखली. तिच्या डोक्यावर लहान मुलीसारखं थोपटत म्हणाला, "बघ, तू माझ्यासाठी किती लकी आहेस!"

त्याच्या या वाक्याने ती फारशी खुलली नाही. त्याच्यापासून दूर होत म्हणाली,

"भरपूर भाग्यदाती आहे मी. किती व्यवसाय वाढलाय तुझा. स्वतःचा स्टुडिओ तयार करू असं तुला कधी तरी वाटलं होतं का?"

"परीसच लोखंडाला लागतो ना?" तो दुखावल्यासारखा झाला. तिच्या ते लक्षात आलं. फार ताणायला नको म्हणून ती म्हणाली,

"तुला कुठे जायचं होतं आज?"

"करकरेंकडे आणि स्टुडिओतही. मॉडेल्स बोलवले होते. दोन ते तीन महिन्यांत कामं पूर्ण झाली पाहिजेत."

"मॉडेल्स? कोण आहेत? तू बोलला नाहीस?" तिची उत्सुकता आणि त्याच्याबद्दलचा संशय दोन्हीही पुन्हा उफाळून आले.

"तू कोणत्या प्रकाशकाशी काय करार करतेस मी विचारतो का? काय

लिहितेस हे विचारतो का? मग आज एकदम कशासाठी हे सगळं?'' तो म्हणाला.

ती गप्प झाली. पण मनातून कुठेतरी सतर्कही. बाईला खरोखर सहावा सेन्स असतो का?

त्याने पुन्हा तिला जवळ घेतली. घरात पाऊल टाकल्याबरोबर माईंचा रागाने फुललेला अलिप्त चेहरा. ती मनातून वैतागली. कोणतंही सुख आपल्या वाट्याला भरभरून येतच नाही. सुबोध तिला सोडवायला दारापर्यंत आला होता. त्याला पाहूनही न पाहिल्यासारखं करीत माई म्हणाल्या,

''दोन-तीनदा फोन येऊन गेलाय.''

''कुणाचा?'' सुमालाही चीड आवरेना.

''बोधीचा आणि कुणाचा? दारात काय तुझ्या फोनबद्दल सांगणार? हा जाणार असेल ना घरी?''

'घरी' वर जोर देत माईंनी त्याचा तिरस्कार दाखवला.

''कुणाचा फोन होता?'' त्याने दारातून विचारले.

''कुणा करकरेचा.'' माई म्हणाल्या.

सुमाने निःश्वास टाकला. ''निघतो. उद्या पहाटे येतो.'' म्हणत सुबोध गेला.

''बाहेर जेवायचं तर घरी का सांगून जात नाही? अकरा अकरा वाजता जेवलेलं पचत नाही मला या वयात. सांगून जायला काय होतं? फोन करायचा. इतकी वर्षं इतक्या कार्यक्रमांना तू जाते आहेस; पण आजकाल सगळंच बदललंय. त्या बोधीबरोबरच सगळा वेळ–'' माई तणतणत होत्या. त्यांचा राग शांत झाला नव्हता.

''प्लीज माई. प्लीज. मी आधीच त्रासलेय आणि थकलीये सुद्धा. मला उद्याच एक लेख द्यायचाय. तो पूर्ण नाही झालेला. रात्रीच बसावं लागेल.'' ती म्हणाली.

''पूर्वी सकाळी लिहायचीस, आता मॉर्निंग वॉकमुळे तुला वेळ कसा मिळेल? आपल्याला झेपेल तेवढं करावं. उतरत्या वयात तब्येत महत्त्वाची. आपण होऊ म्हटलं तरी पुन्हा थोडेच तरुण होणार?''

माईंच्या वाकड्या बोलण्यानं ती मनातून चरफडली. त्या म्हणत होत्या तसं खरोखर आपण वयाशी स्पर्धा तर करीत नाही ना, असा प्रश्नही तिला पडला. तिचा चेहरा मलूल झाला, खांदे पडले.

त्यांच्या वक्तव्याकडे दुर्लक्ष करीत ती झोपायच्या खोलीकडे निघाली. तसं माईंनाच वाईट वाटलं.

''सुमा, मी बोलते फटकळ, पण तुझ्या भल्यासाठी. विरलेल्या पदरात

कोसळता धबधबा धरायला निघालीयेस तू. आज ना उद्या हा मुलगा निघून जाईल. तुझं कर्तृत्व त्याला बांधून ठेवणार नाही. तसंही मी पाहते आहे, त्यावरून तो तुझ्यात गुंतलेला नाहीये. तू विचार करून बघ, तुझं तुला कळेल. पण तू विचार करणंच सोडून दिलंय. तरुण रक्त आहे. अगं, पुरुष एरवी म्हातारा झाला तरी दुसऱ्या स्त्रीत गुंततो. हा तर नव्या दमाचा कलंदर चित्रकार. कमालीचा मनस्वी आहे.''

''माई, आता नको. उद्या बोलू–'' ती कासावीस होत म्हणाली.

''उद्या फार उशीर झालेला असेल. मी म्हणते, हा मुलगा त्याच्या घराला डावलून इथे येतो, राहतो. त्याच्या घरातल्यांना हे माहिती असणारच. पण ते काही करू शकत नाहीत. तू त्याच्या घरच्यांच्या दृष्टिकोनातून बघ. हा मनस्वी आहे. स्वत: यशस्वी होण्यासाठी किती धडपडतोय. कुणाची पर्वा करीत नाही. वेळेची नाही आणि माणसांचीही. माणसं वापरून फेकून देणारा आहे. तुझ्यासारख्या वयस्क बाईबरोबर हा तरुण मुलगा करतोय काय? असा प्रश्न तुला पडायला पाहिजे. बरोबरीची मुलं-मुली सोडून तो कसा येतोय आणि का?''

''बस्स माई,'' सुमा ओरडली. तिने हातातली पर्स आणि फुलं समोर भिंतीवर फेकली.

माई दचकल्या, मागे सरकून निमूट निघून गेल्या.

त्यानंतर साधारण पंधरावीस दिवसांनी बोधी आला. तो आनंदात दिसत होता. येताच त्याने सुमाच्या दंडाला धरून तिला गोल गिरकीत फिरवलं.

''आज काय आहे बुवा?'' तिने विचारलं.

''तू अंदाज कर. मी काय केलं असेन?'' त्याने विचारलं.

''मी काय अंदाज करणार? तू या चार भिंतींच्या बाहेर काय करतोस त्याचा मला थांगपत्ता नाही. तू सांगशील ते मी खरं मानणार. शिवाय आजकाल तुझं येणं इतकं कमी झालंय.'' ती म्हणाली खरी; पण स्वत:ला तिने अनेक वेळा हे बजावलं होतं की ती हे त्याला कदापि म्हणणार नाही. अलीकडे तो नियमित यायचा थांबला होता. सकाळी चालायला जाण्यासाठी ती तयार होऊन बसे पण तो येईलच याची शाश्वती नसे. 'काम खूप आहे' किंवा 'रात्री सिनेमाला गेलो' किंवा 'जागरण झालं' अशी कारणं तो द्यायचा. सुरुवातीला ती खोलात जाऊन चौकशी करी. नंतर नंतर तिने विचारणं सोडून दिलं होतं.

पण तिच्या कार्यक्रमांना मात्र तो अगत्याने उपस्थित राही. तिला सोबत करी. त्या त्या वेळी अत्यंत आनंदानं विनोद करी. बरोबरच्या लोकांशी मिसळून वागे. त्यामुळे त्याच्या एरवी न येण्यावर ती जास्त बोलत नसे.

पण मनातून ती नाराज राही. या काळात तिने पुन्हा कविता लिहिणं सुरू केलं होतं.

संध्याकाळ उदास असे. ही उदासीनता बोधी न भेटल्यामुळे आहे हे तिला जाणवे. विरहाचा हा भाग नव्याने भेटल्यासारखा झालेला. त्यात पूर्वी राघवबद्दल वाटे तशीच तीव्रता आहे हे पाहून तिला स्वत:लाच आश्चर्य वाटे. अनुभव, वय यांचा या भेटीच्या आसेशी काहीही संबंध नाही हे कळूनही तिला गंमत वाटे. ती स्वत:शी या गोष्टीबद्दल विचार करी. तिच्या कवितेतही ते येई.

आपल्या या वयातल्या या प्रेमकविता म्हणजे मोठा विनोद आहे, असंही ती स्वत:ला समजावून सांगे. सुबोधच्च्या ओढीतून बाहेर यायला कधी कधी यातून मदत होई. कधी कधी बाई म्हणून आपल्याला सुबोधचा मालकी हक्क हवाय हे तिला जाणवे. तो अनियमित का होईना येतोय, हे कळूनही आपण असा विचार का करतोय हे तिला कळत नसे.

"तू आजकाल मला समजून घेत नाहीस. मी मोठा होऊ नये असं तुला वाटतं. म्हणजे मी तुझ्याजवळच राहीन. पण हा स्वार्थ चांगला नाही, हो ना?" अनेक दिवसांनी येताच तो गोड आवाजात म्हणाला.

"तसं नाही. तू खूप मोठा चित्रकार व्हावंस, जागतिक कीर्तीचा, हे माझं स्वप्न आहे. मी तुझ्या पुरस्कारांना येईन. तुझ्या बाजूला उभी राहीन. पण आज काय आहे ते सांग." ती म्हणाली.

त्याने एक पाकीट काढलं. त्यातून एक निमंत्रणपत्रिका– त्याच्या नव्या स्टुडिओच्या उद्घाटनाचं निमंत्रण.

एक उद्योगपती आणि एक मंत्री प्रमुख पाहुणे म्हणून.

"हे कधी केलंस?"

"स्टुडिओ रिडेकोरेट केलाय. नवीन कॅन्व्हास तयार केलेत.

"तू येशीलच. माईला घेऊन ये. मी चलतो."

तो गेलाही.

निमंत्रणं कुणाला द्यायची, आयत्या वेळी स्वागत, चहापाण्याची व्यवस्था, गुच्छ वगैरे कसे आणायचे या कशाची चर्चा त्याने केली नाही. तिच्या मनात हे प्रश्न तसेच राहिले. तिच्या दृष्टीने हा तिच्या घरचा; तिचा स्वत:चा कार्यक्रम होता, पण ती तिथे फक्त निमंत्रित होती. तिला विलक्षण वाईट वाटलं. माईला अर्थातच हे कळलं. त्यांना ते अपेक्षितच होतं. तिला एक उपदेशाचा डोस त्यांनी दिलाच. आपल्या डोळ्यातलं पाणी लपवीत तिने गच्ची गाठली.

त्या दिवसापासून एक शब्दही लिहिण्याची तिला इच्छा झाली नाही.

कार्यक्रमाला न जाण्याचा निर्णय तिने घेतला होता, पण सुबोधचे तीन फोन येऊन गेले.

तिला जावंच लागलं. शेवटी तो तिचा मित्र होता. ती त्याची सुमाक्का होती.

निदान लोकांसाठी. व्यासपीठावर मान्यवर आणि सुबोध. देखणा, हसरा एकदम आकर्षित करणारा, छाप पडेल असा. जमलेल्या प्रेक्षकांतल्या अनेक मुली आणि स्त्रिया त्याच्याचकडे पाहताहेत असं सुमाला वाटलं. तिचं कार्यक्रमात लक्ष नव्हतं. सुबोधने तिच्याकडे पाहिलंही नाही. त्यांच्यात एक समज होती– विनोद असो की गंभीर विषय, एका नजरभेटीत ते एकमेकांपर्यंत ते पोचवीत. तिच्या अनेक कार्यक्रमांत अशी नजरेची देवघेव तिने केलेली होती.

पण सुबोध तिच्याकडे पाहत नव्हता. तो पाहत होता एका तरुण मुलीकडे, हे सुमाने हेरलं. ती अस्वस्थ झाली. कार्यक्रम संपला, तसे उद्योगपती स्वत: सुमाकडे आले. पाठोपाठ मंत्रीही हात जोडून चौकशी करीत. अचानक सुबोध आला. सुमाला वाकून नमस्कार केला. ''या माझ्या सुमाक्का,'' म्हणत.

तिचं मन घृणेनं भरून गेलं. जेवायला थांबण्याचा आग्रह करीत सुबोध त्यांच्याबरोबर गेला. त्यांना गाडीपर्यंत पोचवून परतला. त्याच्याभोवती ओळखीच्यांचा गराडा पडलेला होता. त्यात तिच्या ओळखीचे अनेक जण होते आणि अनेक मुलीही. तरुण, सुंदर, त्याच्याशी मैत्री करायला, बोलायला, हात हातात घ्यायला उत्सुक. त्यांच्याशी तो बोलत असतानाच सुमा निघाली. त्याच्यापर्यंत आली.

''थांबणार ना तू?'' त्याने त्या सगळ्यांसमोर तिला एकारलं. आत्तापर्यंत तिला कुणीही जाहीर कार्यक्रमात अगंतुगं म्हटलं नव्हतं. आजूबाजूचे आश्चर्याने पाहत होते.

सुबोधच्या बाजूला बॉबकट असलेली, स्मार्ट मुलगी सारखी त्याच्या आगेमागेच होती. सुखाच्या शिखरावर असल्यासारखी. ''ही पल्लवी. पल्लवी करकरे, माझी मॉडेल, माझं इन्स्पिरेशन, माझी प्रतिभा.''

तिच्या मागेही एक सुंदर मुलगी होती. लाडे लाडे तोंडाचा चंबू करीत ती म्हणाली, ''आणि मी?''

''अर्थातच तूही.'' तो म्हणाला.

मुलींचा आणि गर्दीचा आणखी एक घोळका आला. आता उभं राहायलाही जागा नव्हती. सुमाला गर्दीने बाजूला लोटलं. माईंनी तिच्या दंडाला धरलं. ती डोळे फाडून सुबोध आणि सुबोधकडेच पाहत उभी होती. त्याच्या भोवतीच्या गर्दीपलीकडे एखाद्या कठपुतळीसारखी...

४

गनीम

पी.जी. स्कूटरवरून उतरले. धापावत त्यांनी स्कूटर स्टँडला लावली. त्या वेळी दहा वाजून नऊ मिनिटं झाली होती. त्यांनी स्कूटर लॉक केली. आपली छोटी लेदर बॅगसारखी पिशवी घेऊन ते लुटुलुटु चालायला लागले. तेवढ्यात समोरून शामा प्यून येताना दिसला तसे ते थबकले. धपापता आवाज आणखी खाली आणत जवळजवळ कुजबुजल्यासारखे म्हणाले,

"साहेब आलेत का?"

डोक्यावरची टोपी सारखी करत पानाचे तांबडे दात दाखवत श्यामा हसला.

वैतागल्यासारखे स्वत:शीच कुजबुजत पी.जी. म्हणाले,

"महादेवाचा नंदी साला!"

श्यामानं मोठा आवाज करून विचारलं–

"मला काय म्हनलात का?"

"नाही."

तुसडेपणा झाकत त्यांना तोंडभर हसू आलं. मग श्यामानंही 'कशी जिरली?' असा आव्हानपर कटाक्ष टाकला अन् बाजूच्या वाळूच्या ढिगावर पचकन थुंकला. आपलं छोटंसं शरीर सावरत, पुन्हा बॅग सावरून पी.जी. आत आले. आपली काळी बॅग बगलेत दाबून धरीत ते तुरूतुरू जिना चढले, तेव्हा त्यांना धाप लागली होती.

मानेवरचा, कपाळावरचा घाम पुसण्यासाठी त्यांनी खिशात हात घातला. त्याच वेळी समोरून साहेब आले तसे पी.जी. धडकून उठले. त्यांना धड खिशातून हातही बाहेर काढता येईना. बरेच दिवसांपासून खिशाला एक भोक होतं. त्यात बहुधा तो अडकला. दुसरा हातही सोडता येईना. बगलेतली बॅग आडवी आली. सगळ्या संभ्रमात त्यांना आणखी घाम फुटला. चेहरा लाचारीनं भरून गेला.

त्यांच्या तेलकट काळ्या चेहऱ्याकडं, त्यांच्या केविलवाण्या धडपडीकडे

पाहत साहेब मनातल्या मनात मजेत हसले. वर करारी चेहरा ठेवत गोंधळलेल्या पी.जीं.ना म्हणाले,

"हं, काय आज लेट का?"

पी.जी.नी मान हलवली. नाही का हो ते त्यांचं त्यांनाच कळलं नाही. त्यांना खरं तर माफी मागायची असावी. पण त्यातलं काहीच घडलं नाही. हो-नाहीच्या गोंधळात ते बावळ्यासारखे उभे राहिले.

साहेब निघून गेल्याक्षणी पी.जीं.नी पाहिलं की समोर श्यामा गालातल्या गालात हसत उभा. त्यांचं डोकं ठणकलं. अन् शाम्याच्या पाठीमागे नवीन लागलेला राघवन. पी.जी. जामच तडकून उठले.

राघवन नवीन लागलेला म्हणजे एक-दीड वर्ष झालेला. पण पी.जीं.ची धडपड-पडझड रोज पाहत असलेला. तो हसला नाही. तसे पी.जी. सावरले.

"गुड मॉर्निंग सर!" राघवन म्हणाला. आपली बसकी मान तुकवत साहेबांनी ऐटीत गुडमॉर्निंग स्वीकारलं, तेव्हा त्यांच्या लक्षात आलं की पी.जी. घामाचे थेंब गळण्याच्या अवस्थेला आलेत.

पुन्हा खिशात हात घालून पी.जीं.नी खिसा चाचपडला व रुमाल बाहेर काढला. राघवननं मानं फिरवली. 'त्यांच्या रुमालाला एवढा वास तर तोंडाला कसा असेल?' असा विचार त्याच्या मनात येऊन गेला.

तो जॉइन झाल्यापासून पी.जीं.ची ॲसेसमेंट करीत होता. असं करणं म्हणजे त्याचा चाळाच होता.

तो या गावात खरं तर बळजबरीनं आलेला. पहिलीच नेमणूक. ती घेतली तर पाहिजेच. अनुभव आवश्यक म्हणून घेतली. नेमकं पी.जीं.च्या हाताखाली त्याला पाठवलं. पी.जी. मॅनेजर होते. त्याची पोस्ट मॅनेजरचा सहायक होती. पहिले काही दिवस काम समजावून घेण्यात गेले. राघवनच्या मनात फक्त चांगलं काम करून लवकरात लवकर प्रमोशन घेणं हे होतं. आजूबाजूला पाहायला वेळ नव्हता. एक वर्षानंतर त्याच्या लक्षात आलं की, तो त्यांच्याबरोबर काम करत होता ही अजब गोष्ट आहे.

आताही पी.जीं.नी घाईनं रुमाल खिशात टाकला. ते धपकन खुर्चीत बसले. त्यांची जुनाट काळी बॅग आधी त्यांनी टेबलावर ठेवली. मग ते पुन्हा उभे राहिले. त्यांचा चेहरा एकदम जागरूक झाला. 'एन.आर.' असं म्हटल्याबरोबर राघवननं वर पाहिलं.

त्याला बजावल्यासारखं करीत ते म्हणाले, "आज आपल्याला जायचंय बरं का?" राघवननं प्रश्नार्थक चेहरा केला. तेव्हा ते जवळच्या कपाटाकडं तुरुतुरु चालत गेले.

गोदरेजच्या साडेसहा फुटी कपाटाजवळ पी.जी. 'सात बुटक्यांच्या देशात' असावेत तसे दिसत. उंचीमुळे ते साधे चालले तरी तुरूतुरू चालल्यासारखे वाटायचे आणि ज्या वेळी ते गंभीर आव आणून चालत, त्या वेळी एखाद्या गाठोड्याला दोन छोटे पाय फुटल्यासारखेच दिसत. एकाच वेळी बेडूक आणि गाठोडं असं मिश्रण दिसे. राघवन मनातल्या मनात 'हमटी डमटी सॅट ऑन अ वॉल' हे बालवर्गातलं गीत म्हणे. त्या गाठोड्याची छाती पुढं आहे की पोट, कळायला मार्ग नसे. मानेपासून सलग पायापर्यंत एक मोठा लंबगोल दिसे आणि मानेपासून ते शेवटच्या गुंडीपर्यंत त्यांचा पुढून तटतटलेला शर्ट, समोरून डिझाईन मारल्यासारखा लंबवर्तुळाकार. ठिपके लाईनीत असल्यासारखा दिसे. कितीही नाही पाहायचं असं ठरवूनही सगळा स्टाफ कधी तरी त्या टेलरच्या आणि पी.जी.च्या कारागिरीकडे पाही. त्या वेळी खालची दोन्ही टोकं धरून पी.जी. शर्ट खाली ओढत असत.

तर आता जोर लावून त्यांनी कपाट उघडलं. दोन-चार फाइली खालीवर करूनही त्यांना फाईल सापडेना. तसं राघवन म्हणाला–

"काय पाहिजे सर?"

"साली सात नंबरची फाईल सापडेना हो. जरा बघता का पलीकडच्या कपाटात?"

'बघता का?' म्हणजे बघा. राघवन उठला. त्याच्या सडपातळ शरीराकडे आणि चपळ हालचालींकडे पी.जी. मठ्ठ चेहऱ्याने पाहत होते.

मग आळसावत पी.जी. म्हणाले, "बाकी एन.आर., काही म्हणा, तुम्ही फिजिक फार चांगलं ठेवलं हां. नाही तर आम्ही बघा. सालं काहीही केलं तरी जमेना हो. तरी बरं आपली घरवाली एक चपातीच्या वर देत नाही. जाऊ द्या सालं!" असं बोलत बोलत त्यांनी काळी बॅग काढली आणि खुर्चीवर जाऊन बसले. बॅगमधून चंची काढली आणि चंचीतून तंबाखू हातावर घेऊन त्यांनी काळ्या जाड बोटांनी चुना घेतला. मग नवीन एखादं अॅडव्हेंचर करतोय या थाटात ते तंबाखू चोळायला लागले. बहुधा मनातूनही ते या साहसी हालचालीवर खूश झाले.

चिमटीतली तंबाखू गालात व्यवस्थित बसवत ते म्हणाले, "च्याऽआयला. हा विन्या कुठं ठेवतो कुणास ठाऊक? एक फाईल कधी वेळेवर सापडायची नाही."

राघवननं 'हूं' केलं. खरं तर मनातून विनायकेंबद्दल त्यांनी काहीतरी बोलावं अशी त्यांची इच्छा होती. पण ते नेहमीच बोलत असे नाही. तंबाखू स्रवती झाली तसे पी.जी. बोबड्या आवाजात म्हणाले,

“राहू द्या हो. काय फाईली तर पाहायच्यात. इथं बसून तेवढंच तर करायचंय...!” असं म्हणत उठले आणि कोपऱ्यात पचकन थुंकले. तसं एन.आर. शहारला. पण फाईल काढत त्यांच्याकडे न पाहिल्यासारखं करत म्हणाला, “ही घ्या फाईल. सापडली.” पुन्हा आवाज खाली आणत खाजगी आवाजात पी.जी. म्हणाले–

“राहू द्या हो! कामानं जीव चाललाय. रोजच्याला नवीन गोष्ट. तुम्हाला एक सांगतो एन.आर., आपण साले इथं फक्त पपेट आहोत. काय? कोण विचारतं आपल्याला?” राघवननं ओळखलं, खाजगी आवाज झाला की, माणूस त्रस्त आहे. काही सांगू इच्छितो.

“बसा.” खुर्चीकडे बोट दाखवत पी.जी. म्हणाले,

राघवन घुटमळला. त्याच्या टेबलावर कालचंही काम होतं. तो म्हणाला–

“... पण सर, काम पडलंय. पर्चेस डिपार्टमेंटची पत्रं आलीयत. कुठली तरी ऑर्डर कॅन्सल करायचीच.”

त्याच्याकडं समाधानानं पाहत पी.जी. म्हणाले, “बसा हो. असं कॉय करतॉ रॉव,” असं म्हणत म्हणत ते उठले आणि पुन्हा खिडकीतून पिचकारी मारली. मग स्वच्छ शब्दांत म्हणाले, “हं, तर काय सांगत होतो? आठवलं, काम काय करता राव. ते तर नेहमीचंच आहे. काम करता करता जीव गेला आपला. पण एक सांगतो, काम करायचं. साहेबांच्या लहरीची वाट पाहायची. तो बधला ठीक, नाही बधला तर नाही. आपलं जिणं त्या कुत्र्यासारखं आहे. पण पाळलेलं बरं का!” मध्येच मोठ्यांदा हसले.

“साहेब खुश झाला की, आपण थोडं स्माईल करायचं. तो चिडला की, कान पाडून शेपटी आत घालून शांतपणे बसायचं.” तेवढ्यात पर्चेसचे गावडे तेथे आले.

“नमस्कार पी.जी. काय? आराम चाललाय नेहमीसारखा?”

“हां. च्छा च्छा. काय बोलतो राव तू... मला दहा वर्षांपासून पाहतोस. आपण काय करणार मग?”

“हं. कामही करणार. पण दिलं तेवढंच.”

“आता हे पाहा जे दिलं ते केलं. न्हाय दिलं तर गप्प राहायचं. फार दिवसांपासून आपण बैलच हाय असं समजा. काय?”

“काय मॅनेजर, काय बोलता?” गावडे विनोदानं म्हणाले.

“काय एन. आर., आमच्या रिक्वेस्टचं काय करता?”

राघवन आलटून पालटून पी.जी. आणि गावडेंकडे पाहत होता. या मध्यमवयीन द्वयींकडे पाहत असताना त्यांच्या बोलण्याचा अर्थही लागत नव्हता. उत्तर काय

द्यायचं हे पी.जी. ठरवणार. मग साहेब... त्याच्या गोंधळलेल्या चेहऱ्याकडे पाहत गावडे म्हणाला–

"काय राव कॅन्सल ऑर्डर. मी लिहून दिलंय ना माल सॅटिसफॅक्टरी नाही म्हणून. काय पी.जी.?"

पी.जी. लठ्ठ शरीर खुर्चीत टेकवत म्हणाले,

"यार, बस ना गावड्या. तू पण काय धरून बसलाय, सगळं होतंय. तू नव्या नवरीसारखा करू नको."

पुढं वाकत टेबलावर दोन्ही कोपरे टेकवीत पुन्हा आवाज खाजगी केला.

"तुला माहीत नाही का रे? तुझं प्रपोजल वर मांडतो. साहेब जसं म्हणतील तसं. तो म्हणाला बैल गाभण तर आपण म्हणायचं तेरावा महिना." गावडे चिडल्यासारखा झाला.

"तू हे वर कशाला नेतोस? इथंच खटका बसवा राव. काय तुम्ही पण...?" पुन्हा मुखरस थुंकत पी.जी. गयावया करत म्हणाले–

"काय गावडे साहेब? काय बोलता राव. सालं इथं आपण पपेट. ऊठ म्हणलं ऊठ. बस म्हणलं बस. तुमच्यासारखा मोठ्या लोकांचे आशीर्वाद आहेत म्हणून चाललंय." तिकडं दुर्लक्ष करीत गावडेनं एन.आर.ला फाईल काढायला सांगितलं. राघवन उठला तसं पी.जीं.नी त्याला थांबवलं.

"जाऊ द्या राव एन.आर., तुम्ही पण काय मनावर घेता? कामं काय अशी होतात का? चला गावडे साहेब, चहा पिऊ." गावडे नॉर्मल झाले. चहा म्हटल्यावर ते नॉर्मलवर यायचे. खाजगीत त्यांनी विचारलं, "तुमच्याकडं ती नवीन क्लार्क आली नाही? मॅरिड आहे का?"

राघवनकडे पाहत पी.जी. म्हणाले,

"तुम्ही एक काम करायचं आपलं."

"कोणतं?"

"त्या नवीन बाईच लग्न झालं का नाही ते बघा. स्मार्ट आहेत. मुलं-बाळं विचारून घ्या."

"मी?" राघवन आश्चर्यानं म्हणाला.

गावडे मोठ्यांदा खोटं हसत म्हणाले, "म्हणजे घ्या– आता आम्ही का– तुम्हालाच ते जमेल– का हो? आमच्याकडे तर ती बघत बी न्हाय."

पी.जी. आपली बटू मूर्ती उचलीत निघाले. राघवनच्या डोक्यात एक रागाची झलक आली अन् गेली. पी.जीं.च्या थुलथुलीत, काळ्या, बुटक्या, शरीराकडं तो पाहत होता. डोक्याला लावलेल्या चपचपीत तेलातून एक ओघळ कानामागून येऊन लुप्त झाला होता. मानेच्या मागेसुद्धा चरबीच्या बारीक बारीक वळ्या

दिसत होत्या. चरबीच्या गुदी तर गाल, कपाळ, नाक, हनुवटीच्या खालच्या पोळीतही दिसायच्या. आपल्या खुर्चीत बसून राघवन त्या दोघांकडेही पाहत होता. तेवढ्यात पी.जी. वळले,

"एन.आर., चला हो तुम्ही पण–"

"नको. मी आत्ताच घेतलाय."

"आमच्याबरोबर परत घ्या हो. चला..."

"पण काम..."

"जाऊ द्या हो, कामाचं काय? आता साहेब गेलेत मीटिंगला. दोन तास यायचे नाहीत. पाहता येईल पुढं... चला."

"तो अडवाणी येईल आता. त्यानं फार लावून धरलंय. त्याचा चेक काढायचाय."

"काढाल हो. फारच सिन्सिअर बुवा तुम्ही. काय हो गावडे? आता शिकून घ्या सगळं. या सेटअपमध्ये बसायचयं ना? मग काम कमी, गप्पा जादा. तो सेल्सचा शिंदे पाहा. करतो का काम? पण चाललंय. साहेबांच्या दरबारी हजेरी लावा. काम खतम! चला उठा आता–"

राघवन उठला तशी पी.जीं.नी त्याच्या पाठीवर थाप मारली. पण ती त्याच्या पाठीवर न बसता कमरेवर बसली. हसू न फुटू देता तो चालू लागला.

खाली मोकळ्या कंपाऊंडमध्ये तिघं उरतले तेव्हा गावडे, पी.जी. कुचूकुचू बोलत पुढे चाललेले. राघवन मागे–

तेवढ्यात पी.जीं.नी झटकन अबाऊट टर्न केलं. समोरून विनायके येत होता. गावडेंना समजेना काय झालं. समोरून पुढ्यात आलेल्या विनायकेला त्यांनी नमस्कार ठोकला.

राघवन मात्र जे होतंय ते नीट पाहत होता. विनायके आणि पी.जीं.चं चाललेलं शीतयुद्ध त्याच्या नजरेतून सुटलं नव्हतं.

विनायके दोन-अडीच वर्षांपासून पी.जीं.च्या हाताखाली आला. हुशार, एम.बी.ए. केलेला, चपळ, पण अगदी पहिल्या सलामीपासून कुठतरी सांधा निखळलेला असावा.

राघवनचा एक अंदाज होता. कारण विनायके सहसा तोंड उघडणारा नव्हता. सगळा सेक्शन जेव्हा तंबाखू खायला किंवा चहा उकळायला एकदा जमे, तेव्हा तो अलिप्त राही. बहुतेक वेळेला बाहेर निघून जाऊन या गोष्टी तो टाळत असे.

सेल्समधला जोशी त्याचा मित्र होता. पण जवळच्या कॅन्टीनला जाणं आणि चहा-खाणं करणं एवढंच राघवननं पाहिलं होतं.

राघवनला स्वत:ला माहीत होतं की, त्याची उडी फार मोठी नाही. गावाकडचा

विश्वनाथ आणि त्याचे साहेब मित्र. ब्रीजच्या क्लबमधले. अगदी जानी दोस्त. तेव्हा त्यांच्याकरवी राघवनची शिफारस केलेली. त्यातून हा जॉब. हा टिकवणं भाग होतं. हळूहळू काम समजावून घेत घेत पी.जीं.च्या कलाकलानं काम करायचं हे त्यानं ठरवून टाकलेलं. एकूण चार-पाच जण पी.जीं.च्या डायरेक्ट कंट्रोलखाली होते. त्यात मोटे, तो स्वत:, विनायके, रणनवरे, कांबळे. बाकीच्या तिघांकडे पी.जी. जास्त पाहायचेसुद्धा नाहीत. ते तिघं दिलं ते काम होयबा करीत उरकायचे.

विनायके थोडासा बंड स्वभावाचा होता. तो यांच्यात यायचा, बसायचा नाही. आलाच तर सतत काहीतरी विनोद करून हसवत राहायचा. पाच-दहा मिनिटांत कटून जायचा. तो जाताच पी.जीं.चा चेहरा कुत्सित व्हायचा. तो असताना हाच चेहरा अगदी लाचार करीत 'या या विनायके साहेब' म्हणत आपल्या लठ्ठ काळ्या बोटांतल्या अंगठ्या चमकवीत हातवारे करून त्याला खुर्ची द्यायचे. कधी कधी तर स्वत:ची चेअरही द्यायला तयार. मग मोटे हसून म्हणायचे, "सर, स्वत:चं ताट द्यावं पण पाट देऊ नये म्हणतात." मग मोठ्यानं हसत आपले तांबडे काळे दात दाखवत त्यांचं मन मोठं व्हायचं. "च्छा हो. ही बया नसती तर बरं. अन् आपण आपली साधी माणसं हो. ही आज आहे तर उद्या नाही. हां, घ्या मोटेसाहेब घ्या तंबाखू-" असं म्हणून त्यांच्या हातात कोंबायचे आणि मनातल्या मनात मोटे सुखवायचा. "साहेबानंच साहेब म्हणणं म्हणजे फारच झालं."

पण विनायके मात्र मख्खपणे पाहायचा. मोटे उघडउघड लाळ घोटायचा. तो चेहऱ्यावर दहादहा मिनिटं हसू ठेवू शकायचा.

मागच्या वर्षी मोठ्या जनरल मीटिंगनंतर विनायके, मोटे बाहेर पडले. रस्त्याने चालताना विनायके सहज म्हणाला-

"हे मेंटेनन्सवाले आज पी.जीं.च्या नावानं कोकलत होते- तेव्हा पी.जीं.नी उठून उत्तर द्यायला पाहिजे होतं. आपल्याशी त्यांचा संबंध येऊ देत नाहीत आणि कामही करीत नाहीत आणि आपल्याच चुगल्या लावतात."

मोटे हसत हसत नेहमीच्या स्टाईलनं म्हणाला. "पी.जी. साहेबांचे लांबचे पाहुणे. पण मेंटेनन्सचे ए.वाय. त्यांचे सख्खे चुलत पुतणे आहेत. ते असंच चालणार. द्या सोडून." मग आवाज खाजगी करीत म्हणाले,

"तुम्हाला एक सांगतो राव, तुम्ही फक्त गप्प बसत चला. सगळ्या गोष्टी आपोआप सुटतात. आपण आपली गंमत पाहावी."

"आणि आपलं काम?" विनायकेंनी आश्चर्यानं विचारलं.

"कामाचं काय? आपण आपलं काम चोख करायचं. आपली पाटी टाकली

की दुसऱ्याकडं पाहायचं नाही.''

''पण जनरल परफॉर्मन्स खराब होतो. त्याचं काय? 'सी' सेक्शनचं मशीन दोन महिने बंद आहे. पी.जीं.ना मी दहावेळा सांगितलं. ते ऐकत नाहीत. प्रॉडक्शनवाले बोंब मारतात. नवीन मशीन बंद. त्यामुळे जुन्या मशीनची डागडुजी करून ते सुरू केलंय. हे मेंटेनन्सवाले ठप्प. दुरुस्ती पण प्रॉडक्शनवाल्यांनीच केली.''

''केली ना, मग झालं.'' मोटेने श्वास सोडला.

विनायके उसळून म्हणाला, ''पी.जी. त्याच वेळेला स्टेप घेत नाहीत. आता या सेक्शनचं तरी त्यांनी सांगावं.''

मोटे काहीही न बोलता डुलत डुलत चालत राहिले.

दुसऱ्या दिवशी प्यून विनायकेला घेऊन पी.जीं.च्या केबिनमध्ये गेला, तेव्हा मोटेंनी चेहरा ओढून घेतला. राघवननं गंभीर होऊन पाहिलं. धुसफुसत विनायके खुर्चीवर बसला आणि मोटेकडे एक जळजळीत कटाक्ष टाकला. त्याच्या लक्षात आलं की तो मोटेला काहीच करू शकत नाही.

आत छोटेखानी पी.जी. ज्वालामुखीसारखे भडकले.

''तुम्ही काय समजता? मी इथे नुसता बसलोय? फार झालं.'' विनायकेला काही कळलंच नाही. ''डिग्री मिळाली की मॅनेजमेंट येत नाही. गेली सतरा वर्षे मी हे करतोय. तेही सक्सेसफुली. तेव्हा तुमची डिग्री नव्हती. तुम्ही फाईलचं मॅटर वाचत चला. लिहीत चला. डिसिजनला इकडं पाठवत चला.'' विनायकेच्या डोक्यातही रागाचा डोंब उसळला. तिथे बाहेरचा फॅक्टरी मॅनेजर बसलेला होता. तो जायला वळला तसे पी.जी. पुन्हा म्हणाले–

''एक गोष्ट आणखी. तुमच्या काय सजेशन्स आहेत त्या मला सांगत चला. पर्सनली.'' या वाक्यानंच त्याच्या डोक्यात मोटे साकारले. स्वच्छ.

तो सगळा दिवस डिप्रेस्ड होता. राग गिळीत गप्प बसून होता. चहाच्या वेळेला मोटे मुद्दाम म्हणाले, ''चला चहा घ्यायला.''

''नको.'' हे तुटक वाक्य म्हणताना आपल्या वडिलांच्या वयाच्या मोटेबद्दल त्याच्या डोक्यात तिडीक उठली. त्याच्या पाठमोऱ्या आकृतीकडे पाहताना करवादून विनायके पुटपुटला. ''आता सगळ्यांना सांगत सुटेल साला–''

आपण दिलेल्या शिवीनं तो स्वत:च दचकला. म्हणजे खऱ्या वर्किंग संस्कृतीत तो दाखल झाला.

त्या दिवसापासून मोटे, पी.जी. व्हर्सेस विनायके असा खेळ सुरू झाला. पण दर वेळी पी.जीं.ची पोझिशन, मोटेची सीनियॉरिटी ही गोष्ट विनायकेला जाचक ठरली. मेंटल टॉर्चर हा शब्द फक्त त्याने ऐकला होता. आता तर तो

प्रत्यक्ष अनुभवतच होता. पी.जी. तितकेच प्रेमानं, लाचारीनं त्याच्याशी बोलायचे. त्याला साहेब म्हणायचे. पण वर्षामागं आलेल्या राघवनला त्यांनी मोठा करायला सुरुवात केली. सगळ्या सेक्शनला राघवन किती एफिशिअंट आहे हे माहीत होत गेलं. म्हणजे पी.जीं.कडून तसंच सांगितलं गेलं.

जोशी विनायकेला कॅन्टीनमध्ये म्हणाला, ''तू काय करतो आहेस? अरे तो एन.आर. तुझ्या मागून येऊन जास्त संधी मिळवतोय.'' त्यावर चहाच्या कपात चमचा ढवळत तो इतकंच म्हणाला–

''मला इथल्या लोकांनी कमी ठरवलं म्हणून माझी लायकी कमी होत नाही.'' जोशीनं त्याला एकदम काटलं नाही. पण बऱ्याच आडवळणांनी हे समजावून दिलं. बाहेर नोकरी मिळवायची झाल्यास इथली शिफारस लागणार, म्हणजे पर्यायानं ही फर्म, इथला साहेब आणि विभागाचा मॅनेजर म्हणजे पी.जी.

यावर विनायके तडकून म्हणाला, ''मी पी.जीं.शी चांगलं वागतोय. काम वेळेवर करतोय. फाईली पेंडिंग नाहीत. मी काहीही चूक करीत नाहीये.'' पुढं त्याच्याच्यानं बोलवेना, मात्र एकदम फुटल्यासारखा तो म्हणाला– ''त्या राघवनला डोक्यावर घेतोय. मला सीनियर आहे तो? दोन वेळा बी.कॉम.ला फेल झाला. एम.बी.ए.च्या प्रवेश परीक्षेलाच नापास झाला. शेवटी खाजगी संस्थेतून डी.बी.एम. केलं. तो हुशार! तो एफिशिअंट!''

जोशी म्हणाला, ''राघवनची काय प्रतिक्रिया आहे?''

''त्याचं काय असणार? तो गोंधळलाय. त्याला मूर्ख बनवलं जातंय हे त्याच्या लक्षात येत नाही. इतका प्रचंड पुढं पुढं करतोय!''

''लीव्ह इट–'' जोशी म्हणाला.

सुस्कारा टाकून तोही उठला. परत जाताना विनायकेला पाहताच पी.जीं.नी दिशा वळविली. त्याला गुड मॉर्निंग म्हणायचा चान्स नाकारला. त्याचं तोंड अगदी कडू झालं.

साहेबांची केबिन ते स्वत:ची केबिन अशी पी.जीं.ची धावपळ चालू होती. साहेबांच्या प्रचंड चमचमत्या टेबलाजवळ ते गणपतीजवळील उंदरासारखे दिसायचे. केबिनमध्ये शिरल्यावर पी.जी. कधीच बसायचे नाहीत. आजही बसले नाहीत. फोन संपवून साहेबानं त्यांच्याकडे प्रश्नार्थक पाहिलं.

''तुम्ही कॉन्फिडेन्शियल्स मागवली होती ते घेऊन आलो.''

त्याच्या लाचार पडलेल्या चेहऱ्याकडे पाहत तिरसटत साहेब म्हणाले –

''प्यूनबरोबर पाठवायच्या.''

''हां, ते तर झालंच. पण कशासाठी तातडीनं मागवल्या म्हणून...'' स्वरात भरपूर लाचारी, उगीचचं हसत ते म्हणाले.

"काही विशेष नाही. प्रॉडक्शनला असिस्टंटची पोस्ट निघालीय. तुमच्याकडे एखादा चांगला हँड असेल तर द्या."

"हां, तसे आहेत एक-दोघं. म्हणजे तो आपला–" त्यांनी वाक्य अर्धवट ठेवलं आणि साहेबांचा अंदाज घेऊ लागले.

"परवा तुमच्याकडचे विनायके आले होते घरी."

समजूतदारपणाच्या स्वरात पी.जी. म्हणाले,

"असं का?"

"तुम्ही काय त्यांचं काम वाढवलंय, अवर्स वाढताहेत. शिवाय बहुतेक काम क्लेरिकलचं देता. खरंय का?" साहेबांनी विचारलं.

"न्हाय बा. च्छा आपल्या सेक्शनला आपण सगळ्यांना सारखं काम देणार. त्यांना का म्हणून सवतीच्या पोरासारखं वागवू- ?"

"ठीक आहे, ते उद्या ठरवू. उद्या या." पी.जी. जळफळत बाहेर पडले. त्यांच्या जिवाचा जाळ झाला होता. दीडदमडीच्या पोट्ट्याची ही मजल. माजगा – मुजोर. साहेबाशी कानाफुशी करतोय होय. साला. गरीब-गरीब म्हणून जवळ केला तर जातीवरच गेला. तोंडावर लाचार हसू पसरवीत पी.जी. केबिनबाहेर पडले.

मोटे, पी.जी. जोशी त्यांच्या केबिनमध्ये तासभर कानाफुशी करत बसले. बाहेर प्यून, रणनवरे, कांबळे, चकाट्या पिटीत, आत काय चाललंय याचा अंदाज घेत होते. तेवढ्यात बेल वाजली. प्यून आत गेला. रणनवरेला बोलावलं. रणनवरे आत गेला. आपलं नेहमीचं हसू चेहऱ्यावर पसरवीत पी.जी. म्हणाले,

"या साहेब."

"बोला सर."

"अहो बसा हो." प्यूनला बोलावून कांबळे, राघवनलाही बोलावलं. तिघांनाही खुर्च्या दिल्या, मोटे, रणनवरे, कांबळे. सगळ्यांशी दिलखुलास बोलत असल्यासारखं दाखवीत ते म्हणाले, "आता तुमच्या काही कंप्लेन्ट्स आहेत का बाबाहो?" मग मोकळं हसत त्यांनी मोटेंच्या हातावर हात मारला. "आता सांगा त्यांना." मोटेही मोठ्याने हसला.

"काही विशेष नाही. साहेब विचारतात की, तुमच्या काही डिफिकल्टीज आहेत का?"

"कशाबद्दल?" राघवन.

"कामाबद्दल, वेळेबद्दल, जागेबद्दल."

कांबळेच्या गळ्याशी आलं होतं की, कारण नसताना मागच्या सगळ्या चुका त्याच्या नावावर का टाकल्या? ओव्हरटाइम करूनही ओव्हरटाइम का

दिला नाही? पण तो गप्प बसला.

मोटे म्हणाले - ''पाहा साहेब. मी म्हणालो होतो ना तुम्हाला की, आपला स्टाफ असा नाही म्हणून.'' त्यावर पी.जी. पण हसले.

''आपण म्हणजे एक फॅमिलीसारखे आहोत राव.''

कांबळे चाचरत म्हणाला, ''एक सांगू का साहेब?''

अघळपघळ होत पी.जी. म्हणाले, ''हा ऽऽ हा ऽऽ अहो कांबळे आपण सर्व घरच्यासारखी माणसं. सांगा...''

''या वेळेला ऑडिटला ओव्हरटाइम केला तर पेमेंट द्या सर. घरी त्रास आहे.''

''हातीच्या, एवढंच होय? दिलं. बस? आता तुम्ही काय म्हणता एन.आर.? तुम्ही सकाळी लवकर येणं बंद करा. नॉर्मल टाइमला या. बस्स. काय राव छोट्या-छोट्या गोष्टी असतात पण त्याचंच ढोलकं वाजवीत जावं.'' ''जा आता तुम्ही सगळे.''

सगळे पांगले आणि तंबाखूच्या वेळेला पुन्हा सर्व एकत्र जमले. मग मोटेनं विनायकेनं केलेल्या विश्वासघाताचा किस्सा सांगितला.

त्याच्या बोलण्यावर सगळे होयबा झाले. कारण मोटेने हलकी धौस मारली होती. आता पी.जी. विनायकेचं भरीत करणार; पण सगळ्यांनाच माहिती होतं की, पी.जी. नं मोटेला कसं कात्रीत धरलं होतं. मग मोटेनं कसं मिळतं घेतलं होतं. मोटेच्या एका चुकीमुळे पार मॅनेजिंग बॉडीच्या कमिटीत डफडं वाजलं होतं. पर्यायी चार-सहा मेमो देऊन मोटेचं कॉन्फिडेन्शियल खराब झालं होतं. म्हणून मोटे एवढं लवून-भजून काम करत होता.

दुसऱ्या दिवशी पी.जी. साहेबांच्या केबिनमध्ये गेल्याबरोबर श्याम्या विनायकेला बोलावून गेला. काही न समजून विनायके उठून गेला. तेव्हा सेक्शनचे सगळे लोक त्याच्याकडे पाहत होते.

केबिनमध्ये साहेब, पी.जी. आणि तो. साहेब म्हणाले, ''सांगा तुमच्या तक्रारी.''

आधी प्रत्यक्ष खडाजंगी होईल याची कल्पना नसल्यामुळे विनायके मनातून तयार नव्हता; परंतु तक्रारी खऱ्या असल्यानं त्याने सहन केलं होतं ते सांगणं भाग होतं. त्यानं सांगितल्या.

चेहरा पाडत, चेहऱ्यावर लाचारी आणत पी.जी. म्हणाले, ''तुम्ही सांगाल ते ते बदल करून घेतो.''

विनायके गेल्यावर ते साहेबाला म्हणाले, ''तुम्ही पूर्ण सेक्शनला विचारा साहेब. आपण कुणावरच अन्याय करत नाही. सगळे फॅमिलीसारखे काम करतात.

हा माणूस ताठ आहे. कुठंच जुळून घेत नाही.''

खाजगी आवाजात म्हणाले, ''असा माणूस प्रॉडक्शनला काय कामाचा? तुम्ही त्याचा चेहरा पाहा.'' साहेबाला त्याचा करारी चेहरा आठवला. ''त्याचे छानछोकीचे कपडे पाहा.'' साहेबाला त्याचे कडक इस्त्रीचे कपडे आठवले. ''आज तो माझ्यासारखा गरीब माणसाच्या विरोधात तुमच्याकडे कंप्लेन घेऊन येतो. उद्या तुमची तक्रार घेऊन तो सरळ मॅनेजिंग बॉडीकडे जाईल.''

साहेबाला विनायकेचे शब्द आठवले, 'न्याय मिळाला नाही तर मी वरच्या साहेबांकडेही जाईन.'

''छे छे...'' साहेबांनी सिगारेट घेतली. शांतपणे पेटवली. एक झुरका घेऊन ते म्हणाले. ''हा विनायके असिस्टंटच्या पोस्टला एलिजिबल नाही ना?''

पी.जी. अत्यानंदाने डोलले.

''मग त्यांचा अर्ज डिबार करा. काय? जा आता.'' मग ताकीद दिल्यासारखं म्हणाले, ''पुन्हा असं होता कामा नये.''

''हो साहेब.'' पुन्हा ते घुटमळले.

''मग त्या फाईलवर्कचं काय करू?''

''चालू द्या. टेंपररी दुसऱ्याकडे द्या.''

पी.जी. तुरुतुरु चालत विनायकेकडे गेले. म्हणाले –

''तुमच्या फाईली राघवनला द्या.'' राघवनने विनायकेच्या विजयी चेहऱ्याकडं पाहिलं. संध्याकाळी ऑफिस सुटायच्या वेळेला राघवन निरोप घ्यायला केबिनमध्ये गेला. तेव्हा पी.जी. एकटेच होते. तक्रारीला हीच वेळ योग्य आहे असं समजून तो म्हणाला,

''सर, तुम्ही हे ॲडिशनल काम माझ्यावर टाकलंत. सगळं सांभाळताना मी आधीच थकून जातो. आता तुम्हीच म्हणत असाल तर करतो मी, पण...'' पी.जी. खाजगीतलं हसले. हळू आवाज करीत म्हणाले–

''उद्या त्यानं फाईली आणून टाकल्या की, यातली काहीच माहिती नाही म्हणून एकेक फाईल परत करा. तुम्हालाही जास्त वर्कलोड आहे म्हणून सांगा. ओव्हरटाइम मिळत नाही म्हणून सांगा. माझी बी.आय.एस.डब्ल्यूची परीक्षा आहे म्हणून सांगा आणि सगळे वर्कलोड परत करा. काय?''

''पण हो...''

ते आवाज खाली करत म्हणाले– ''तुम्ही घरच्यासारखे म्हणून सांगितलं. तुम्हाला करायचं असलं तर जरूर करा त्याचं काम. आपण कशाला नाही म्हणा – ते तुमचं तुम्ही बघा–''

मग काळे तेलकट पी.जी. उठले. तुरुतुरु गोदरेजच्या कपाटापाशी जाऊन

बॅग घेते झाले. इम्पॉरटंट सांगितल्यासारखं ते म्हणाले, ''एक गोष्ट. तुमच्यावर सक्ती नाही बरं का!'' समजदार राघवननं मान हलविली.

दुसऱ्या दिवशी एकेक करीत सगळं क्लेरिकल वर्क विनायकेच्या टेबलावर जमा झालं. तो गठ्ठेच्या गठ्ठे कपाटात ठेवताना पी.जी. मुद्दाम विनायकेच्या टेबलावर आले आणि– ''चला, दिलं ना तुमच्या मनाजोगतं काम? आता तरी खूश राहावा विनायके.'' असं म्हणत विजयाचं हसू लाचारीच्या तेलकट पडद्याखाली दाबीत ते केबिनमध्ये लुप्त झाले.

/

५

सावली

इथे आलं की सकाळ चांगली जाई. एक तर घरातली कामं – स्वयंपाकासारखी असायचीच, पण मुख्य म्हणजे आजोबांच्या घराला मी येईतो बाईचा हात लागलेलाच नसायचा. म्हणजे सगळं घर आणि त्यातल्या त्यात कोठीची खोली आणि स्वयंपाकघर हे ताब्यात घेणं मला भाग होई. एरवी त्यांच्याकडे पग्या कामाला होता. स्वयंपाकघर त्याच्याच हातात. मी आल्यावर सुरुवातीला तो नाराज व्हायचा; पण ही बाई गेल्यावर आपणच या सवत्याचे सुभेदार, हे तो जाणून गेला. मग जमलं तर मला मदत करायचा किंवा पोळ्या बडवून मुलींबरोबर चक्क लपाछपी खेळायला हा तयार.

दुपारी मी झोपायची. लता, मनू आणि गोटी दुपारभर धुडगूस घालायच्या. आजोबांचं हे घर म्हणजे अगदी शेतकऱ्यांसारखं होतं. गाव दोन फर्लांगावर. गावाशी सतत संपर्क होताच, पण शेत मुख्य रस्त्याला लागून असल्यामुळे वाहनं चालूच असायची. मळा आजूबाजूला पसरलेला, त्यामुळे गडीमाणसं सारखी अवती-भवती फिरायची. त्यातल्या खुरपणीसाठी किंवा मिरच्या तोडीसाठी आलेल्या लहानग्या पोरींना, माझ्या मुली शोधून काढायच्या. मग आम्ही असेतो आजोबा त्यांना अक्षरश: कंपॅनियनशिपचेच पैसे द्यायचे. कारण कामावर त्या नाममात्रच असायच्या. कधी कधी तर गोटी घमेल्यात मिरच्या नाही तर चुक्याची भाजी पण आणायची. ती बहुधा तिच्या मैत्रिणीला मदत केल्यानंतरची कमाई असायची. आपण हे कसं तोडलं, तिथे कशी निगराणी केली, गावातल्या कुटाळ पोरांवर कसा 'वॉच' ठेवला हे ती आजोबांना सांगायची. आजोबा कौतुकानं बोळक्यातल्या बोळक्यात हसायचे. त्यांचं हसणं मला आणि लताला कळायचं. मनू आणि गोटी तशा लहान असल्यानं त्यांना कौतुक करून घ्यायला आवडायचंच. माझी आई आजोबांची एकुलती एक मुलगी. आई दोन वर्षांपूर्वी वारली. तशी खरं तर वयानं फार नव्हती; पण अति कष्ट करून अक्षरश: झिजली. शेवटची तीन वर्षे तिला सतत आजारांना तोंड द्यावं लागलं.

आजोबा आता पंचाहत्तरीच्या पुढे असतील. पातळ अंग, उंची भरपूर आणि गोरा रंग. त्याच्यामुळे अजूनही त्यांच्या वयाचा निश्चित आकडा कुणी सांगू शकणार नाही. ते गावचे अघोषित आलेले पुढारी. पूर्वी आजोबांचा रुबाब फार होता. गावात घडणाऱ्या प्रत्येक गोष्टीचे ते प्रत्यक्ष किवा अप्रत्यक्ष साक्षीदार. आमच्या घराच्या अंगणात सकाळी लवकर आणि संध्याकाळी बायाबाप्यांची गर्दी व्हायची. त्यात बेणं आणणाऱ्यांपासून ते शेतीच्या भांडणापर्यंत सगळे विषय चर्चिले जायचे. गावचे काही प्रतिष्ठित सहज गप्पा मारायला म्हणून तर काही गावभरच्या बातम्या फुकटात ऐकायला मिळतात म्हणून येऊन बसायचे. माझ्या लहानपणी मला सगळ्या गोष्टींचं कुतूहल वाटायचं. आजोबा संध्याकाळी ओसरीला आले की, कधी कधी धिटाईनं त्यांच्या शेजारी जाऊन बसण्याचा शहाजोगपणा मी केलेला आहे. त्यांचे चालणारे सगळे विषय मला समजत होते असं नाही; पण ऐकण्याचा अट्टहास मात्र चालू राहिला.

पुढे दिवसमान बदलत गेले, तसं आजोबांच्या घरचं चित्र पालटलं गेलं; पण गावातली माणसं मात्र माहितीची राहिली. आमच्या दारापुढं कोर्ट भरायचं. तेच शेती ऑफिस, आकाशवाणी, हवामान खातं. नंतर ते सगळं बदललं.

पण बदलत नसतं ते मन. मी दर वर्षी इथे येतच गेले. सुदैवानं लग्न झाल्यावरही आजोबांची छत्रछाया कायम राहिल्यानं हा इथे येत राहण्याचा क्रम अखंड चालू आहे. आता सकाळही पूर्वीसारखी नसते आणि संध्याकाळही. संध्याकाळ निवांत असते. दिवसभर काम करून माणसं परतायच्या वाटेवर असतात. भानुदास आणि नाथा सोडले तर मळ्यावर कोणी राहात नाही.

आज सकाळीच आजोबा तालुक्याला गेले. आमचा गाव तालुका होऊनही शेजारच्या गावाला अजून तालुकाच म्हणतो. उद्या परत येईन म्हणाले.

माझा जीव अगदी निवांत झाला. दुपारची झोप आणि चहा झाल्यावर मी ओसरीकडच्या खोलीत आरामखुर्चीत बसले, पुस्तक नावालाच समोर होतं. ही खुर्ची आणि ही जागा माझी अतिशय आवडती. म्हणजे जेव्हापासून मळाभर धावणं, उड्या मारणं, झाडावर चढणं या गोष्टींवर बंधन येत गेलं, तेव्हापासून. आत्ताही इथे झुलताना मनही सारखं मागेपुढे होत होतं. हे माझ्या आईचं घर.

अगदी खरं सांगायचं तर बाबा गेल्यावर आईने इथेच राहायला यायचं; पण नाही आली. मला घेऊन एका लहान खोलीत घर केलं आणि शिक्षिकेची नोकरी धरली. मी तिसरीत असताना बाबा वारले. मला नीटसं आठवतही नाही. आठवतं ते त्यांना अचानक पाठकुळी घालून आणलेलं. मोठ्या खोलीत सतरंजीवर ठेवलेला त्यांचा देह, जमलेली गर्दी, आणि... आणि... पुसट चेहरा.

बाबा अपघातात न जाते तर आई आज जिवंत असती...

माझ्या विचारात मी गर्क असताना, गोटी पळत आत आली. घाईघाईत म्हणाली– ''आई... आईऽ'' तिची घाई माझ्या शांततेनं थोपवते, नेहमीच. ''नीट श्वास घे आधी. मग बोल.''

''बाहेर चल ना... एक छान बाई आलीये... अगदी मऊ बोलते. बघ ना... तुला ओळखते म्हणे, चल ना...''

इथल्या गावचा मला दगडन्‌दगड माहिती. ही कोण नवीन आहे की काय? उघडच गोटीनं गेल्या इतक्या वर्षांत इथे पाहिलेलं नाही. मी उत्सुकतेनं बाहेर आले. एक क्षणच मी तिला ओळखलं नसेल... हौसा मला पाहताच ती ओळखीचं हसली. ''बेबीताय. हो नं...?'' हे उत्तर प्रश्नार्थक विचारती झाली. माझ्या चेहऱ्यावर एक ओळख पसरली. तिनं आणि गोटीनं जाणली.
गोटी म्हणाली, ''आज्जीबाई, तसं मघासारखं गाणं म्हण ना...''

''छ्या बया, गानं कुठलं...?''

''तसं म्हण ना. आभाळाएवढं मन होऊ दे तुझं... दहा हत्तीचं बळ तुझ्या हाताकमरेला येऊ दे...?''

ती हसली. आताशा कुठं मला जाणवलं– तिच्या खालच्या दातात रुंद फट होती. दोन दात पडलेले होते. पण आताही तिच्याकडे पाहताना, ही तरुणपणी नक्कीच खूप सुंदर दिसत असणार याची सगळी चिन्हं तिथं होती.

इतका वेळ मी आईची आठवण काढावी आणि आईची मैत्रीण दारी यावी हा योगायोगच; पण त्या वेळी मनात एक दरवाजा हलका उघडला आणि त्या फटीतून वादळ घोंगावत सुटलं. वादळ... तिच्या आयुष्यातलं. आमच्यापर्यंत पोहोचलेलं.

जुनं. एक पंधरा-वीस वर्षांपूर्वीचं. ही अशीच इथं ओसरीला बसलेली. ओशाळी, आजोबांचा लालबुंद चेहरा. आणि दारापाठीमागे नुकतीच वयात येऊ लागलेली मी. थोडंसं कळणारी, बरंच काही न कळणारी. आतापर्यंत तिनं वीसेक वेळा आजोबांपुढं डोकं टेकवलेलं. डोळ्यांतून पाण्याच्या धारा. रडून रडून लाल झालेला चेहरा. ''मला इथं गावाच्या कडेला राहू द्या. मी काही अपराध नाही केलेला. माझं एक म्हणणं तरी ऐका.'' मागं हळूहळू जमत गेलेला गाव.

गाव... अगदी लहान... हजारएक वस्तीचं.

पण मोठं होत हौसाबाईला गिळायला आलेलं! आईनं मला खसकून मागं ओढली. दार लागलं.

चिंचेखाली चिगूर वेचताना दोघी खुरपण करणाऱ्या म्हणत होत्या. "काय लाज सोडली गं... घरात नवरा बिमार हाय म्हणून शेण खावं का?"

"नटमोगरी मेली. रूप दिलंय देवानं. पण चांगल्यापणी ऱ्हावना. तिथं पांडू माळ्याकडं आग लावली... आता भोग म्हणावं..."

"आता आपल्यासारख्यानं नवरे काय पदरी बांधून हिंडावं...! बाया मानसानंच लाज धरली न्हाई– तर आपल्यासारख्याचं काय होवा बाई?"

मध्येच आवाज आला– "गप बसा गं– तुम्हाला चांगलं माहिती आहे, ती तशी नाही. गावकुटाळ गप्पा करायला काय लागतं?"

आईच्या खणखणीत आवाजानं त्या गप्प झाल्या. गोऱ्यामोऱ्या झाल्या.

"बेबी," आई कडक आवाजात म्हणाली.

झग्यातला चिगूर सावरत मी धूम ठोकली. रात्री कंदिलाच्या प्रकाशात मी आजोबांचा शांत आणि आईचा रागीट चेहरा पाहिला.

आई म्हणाली,

"तुम्ही चिडावं हे फार झालं आबा. हौसा पोटासाठी करते सारं– आणि त्या पंगू झालेल्या नवऱ्याला जेवायला घालण्यासाठी कष्ट उपसते. एखाद्या गरत्या घरात जमीनदारीण शोभावी, चारचौकी वाड्यात पायानं रेटा देत झोक्यात बसावी इतकी सुंदर आहे ती– पोटासाठी बाहेर पडली म्हणून रस्त्यावर पडली की काय? पांडू बागवानाच्या घरी उगवतील फुलं तोड करून मोजून घालावी लागतात हे सगळ्यांना माहिती आहे. मग तिच्यावर असा आळ का?"

"शकुंतला, हे बघ, मी यात काय करू? गाव म्हणतो ही बदफैली आमच्यात नको. मी आड घातला तर माझ्याशी संबंध तोडायला कमी करायचे नाहीत. माझ्या जिवाला घोर नको–"

"इतके दिवस पांडबाचा मळा आहे आणि फुलं अंधारात तोडायला चार-सहा जणी तरी येतात. तेव्हा सगळे गप्प होते. आज जे तिच्या नावाने ओरडतात, त्यांना तिनं त्यांच्याकडे काम करावं असंही वाटतं – तेवढंच नेत्रसुख. शी! घाण– अगदी घाण वृत्ती..." आई तिटकाऱ्यानं म्हणाली,

"हे बघ शकुंतला– तू यात पडू नको... सुटीसाठी आलीस. सुटी संपली की जा... इथं लोक दहा तोंडानं बोलणार."

दारामागे लोक दहा तोंडानं म्हणजे कसं बोलत असतील, याचा सखोल विचार माझ्या मनात आला. हे चित्र पुसून जाण्यासारखं नाही, हे त्याही वेळी माझ्या मनात पक्कं होतं. हौसाला समोर पाहताच ते वादळही उगवलं. अनुभवानं आणखी एक दार उघडलं. शंका माझ्याही मनात आली. आता ही इथं कशाला आली? नसती बला.

“गोटी –” मी स्वर तीव्र केला. गोटी मागे सरकली.

“हं– काय हौसाबाई, काही काम आहे का?” मी तुटक विचारलं.

हौसाबाई हसली. जाणतं हसली. मला अपराधी वाटलं...

“काय न्हाय. सहज आले व्हते. शकूबाईची आठवन आली मला, ती गेल्याचंबी माहीत झालं न्हाई. तुम्हीबी आल्याचं कळलं. म्हणलं बगून यावं. शकूबाईची खून गं तू–”

तिच्या वाक्यानं गलबललं, पण बोलणं जमलं नाही, तिचा भूतकाळ नको तितका अधिपती असल्यासारखा. आपापले भूतकाळ आपण किती सहज विसरतो? हिचा मात्र आठवणीनं लक्षात ठेवलेला.

मी बोलले नाही. थोडा वेळ गेला.

ती बोटांनी जमीन कुरतडत होती. म्हणाली – “निघू? सांज व्हाया आलीय–”

तिच्या पांढऱ्या कपाळावर कुंकवाच्या जागी चार आण्याएवढा खळगा होता. काळसर. तिकडं लक्ष गेलं.

“कपाळाला काय झालं मावशी?” मी ‘बाई’ऐवजी ‘मावशी’ म्हटल्याचं तिला लागून गेलं. उसासा टाकून ती उदास हसली. म्हणाली, “नवरा म्हणाला, तू सतीवानी असशील तर खिळा ठोकून ये कुकावर. टिकला नाही तर मग सळईनं डाग लाव. खिळा तर नाही टिकला, मंग जाळून घेतलं.”

“हौसा मावशी!” मी हादरून गेले “तू कपाळावर खिळा मारून घेतलास? नंतर सळई पोळून–”

“हां बेबीताय, त्याचं पोट भरीत व्हते. कष्ट करीत होते, फाटकं नेसीत व्हते. पर त्यो माहा मालक. म्या दासी.”

“तू काही बोलली नाहीस?” मी म्हणाले.

“न्हाई म्हनले, तसेच धंदे करायचे तर कष्ट का म्हून करती? चांगल्या गरत्या बाईवानी ऱ्हायले असते की... जाऊ दे बेबीताय... ह्यो आपल्या नशिबाचा खेळ. देवानं रूप दिलं तवा चांगलं दैव दिलं असतं त बिघडलं असतं का? पण इथं लिवलंय सटवीनं ते सारं पुरं करून घेतीच बिचारी. घे म्हना. मला बी धा हत्तीचं बळ सोसाया काय कमी हाय का?”

तिचा आवाज खिन्न झाला. चेहरा उतरून गेला. डोळ्यांत पाणी जमलं. आपल्या विटलेल्या पदराचा टोक धरून तिनं डोळे पुसले. तिच्या विदीर्ण चेहऱ्याकडे मला पाहवेना.

“आबासाहेब गावाला गेल्याचं कळलं म्हून आले. त्यांना सांगू नका. शकूबायची याद आली म्हून आलते.”

ती उठली. संध्याकाळचा अंधार साचत चाललेल्या प्रकाशात पाठमोरी

निघाली. तिची आकृती ठळक करीत प्रकाशाची किरणं दुभंगली.

जीव उदास झाला. मी कॉलेजात असताना, मला पाहून पोरी कुजबुजतात हे जाणवायचं. रात्री अचानक जाग यायची. आईचं स्फुंदणं ऐकू यायचं. झोपेचं सावट घेऊन यायचं. उठून कधी विचारलं नाही.

त्याच्या आधी, खूप आधी, शाळेत असताना, आईबरोबर तिच्या शाळेत गेले होते ते आठवलं. स्पष्ट. समोर करारी मुख्याध्यापिका. ''शकूताई, तुम्हाला विचारताना लाज वाटते पण– विचारणं भाग आहे. तुमच्याविषयी आणि–'' त्या थांबल्या. ''म्हणजे काही शिक्षक असं म्हणत होते. तुम्ही जपून राहा. आपल्या संगीत शिक्षकाचा लौकिकही तसा ठीक नाही.''

मी आईच्या मागे उभी होते. तिचा पदर माझ्या हातात होता. त्यातूनही तिच्या शरीराचा काप मला जाणवत होता. क्षणभर आई कोसळली. तिचा भरून आलेला आवाज विचारत होता. ''कोण म्हणतं? मला नाव सांगा. मी स्वच्छ आहे. मला भीती नाही.'' पण तरीही तो धक्का तिला सहन झाला नाही. तिचे डोळे भरून वाहायला लागले. तेवढ्यात तमाशा पाहायला आल्यासारखा प्यून आला. आईने घाईनं डोळे पुसले. चेहरा फिरवला. कॉरिडॉरमधून सगळे शिक्षक आडून-आडून पाहत होते. शिक्षिकाही. संतापानं माझं डोकं भणभणलं होतं. आई त्या रात्री जेवली नाही. मीही नाही. ती मला पोटाशी घेऊन रडत राहिली. सकाळी आम्ही आजोबांकडे आलो. आई आजोबांच्या गळ्यात पडून रडली.

''कामासाठी बाहेर पडलेल्या बाईचं चारित्र्य म्हणजे चर्चेचा विषय. किंबहुना चारित्र्यहीनच ती. तिची गरज तिला नडवते. तिच्याविषयी बोलताना लोकांना आपल्या आया-बहिणींचा विसर पडतो.''

तिची वाक्यं माझ्याभोवती फिरत गेली.

परवा एक थोर लेखिका, समाजसेविका म्हणाल्या, 'स्त्रीनं हक्कांसाठी लढलं पाहिजे.' म्हणजे नक्की काय करायचं?

'तिनं गुलामगिरीत दिवस काढलेत. आता मुक्त झालं पाहिजे.'

मुक्त म्हणजे काय?

'परक्या पुरुषानं हात धरण्याची लगट केली तर?'

'हात धरणं हा एवढा मोठा बाऊ होण्याचा विषय राहिला नाही असं वाटतं.' त्या म्हणाल्या. आम्ही ऐकत होतो. तो परिसंवाद होता. कोणी कुणाशी केलेला?

आईला आजारानं पोखरलं होतं. पण तिच्या मानसिक धक्क्यांची जाणीव फक्त मला आणि आजोबांना होती. सगळ्या गावाला न्याय देणारे आपल्या मुलीबाबत हतबल ठरले होते. तिला सगळं सोडून घरात बस म्हणत होते. मी उदास संध्याकाळी खांबाला बसले होते. आई आणि हौसा... आणि अशा

कितीक... कितीतरी परिसंवादात भाग न घेणाऱ्या, न घेऊ शकलेल्या. सोसत गेलेल्या, फुटून-तुटून गेलेल्या. समाज नामक रूद्र पुरुषाला केवढ्या तरी जिभा आहेत. लांब... लांब. त्या मऊ अवयवात तीक्ष्ण धार आहे. तुमचं आयुष्यच चिरून टाकण्याची.

हात धरणाराचे हात छाटा. बघणाऱ्यांचे डोळे बाहेर काढा.

पण– पाठीशी वळवळणाऱ्या या असंख्य जिभांचं काय? या वळवळायला सुरुवात कधी करतात? त्या बोलतात त्याची सत्यता जाणून घेण्याची इच्छा असते का? त्यावर विश्वास का? त्यांना झटकून टाकण्याचा पुरुषार्थ पुरुष दाखवत नसतील, तर तो पुरुषार्थ स्त्री का दाखवत नाही?

गोटी, लता आणि मनू पळत आल्या, "तू दिवा नाही लावलास आई?"

"तुमच्या हातानं लावावा म्हटलं–"

गोटी हसली आणि माझ्या गळ्यात हात घालीत म्हणाली, "आभाळाएवढं मन मोठं कर. दहा हत्तीचं बळ तुझ्यात येऊ दे. हो ना?"

दिव्याची ज्योत जिभेसारखीच लपकली आणि कुठल्याशा अनामिक भीतीनं मी गोटीला पोटाशी घेतलं. आमच्या भिंतीवर पसरलेल्या सावल्यांकडे पाहत गोटी म्हणाली,

"आई, माणसांपेक्षा सावल्या किती मोठ्या होतात ना?"

"म्हणून खूप प्रकाश पाहिजे, मग नाही होत तसं." मनू म्हणाली.

"मनात पडायला पाहिजे प्रकाश, मग सावल्यांचा खेळ संपेल–"

माझ्या म्हणण्यावर त्यांनी गोंधळून पाहिलं माझ्याकडे.

'त्यांना चांगल्या आठवणी मिळू दे देवा' म्हणत मी प्रार्थनेला हात जोडले.

६

रिंगण

त्यानं पुन्हा कॅलेंडरकडे पाहिलं. आज सहाच तारीख होती. तो भयंकर अस्वस्थ झाला. मग महिना बरोबर आहे की नाही, हे पाहायला त्यानं कॅलेंडरची पानं वर-खाली केली. पण त्याला माहिती होतं की, आपलं हे करणं म्हणजे, नुसती चाळवण आहे. त्यामुळं आजची सहा तारीख टळत नाही.

एकूणच सगळा अस्ताव्यस्त प्रकार होता. त्याचे केस ताठ उभे होते. शर्टच्या काही गुंड्या लागलेल्या. दर वेळी गुदमरल्यासारखं वाटलं की एक गुंडी उघडत होता. शर्ट वर निघालेला अन् पँट म्हणजे नळकांड्या झालेल्या होत्या.

पण याला काहीच महत्त्व नव्हतं. महत्त्व फक्त एकाच गोष्टीला होतं. आज सहा तारीख होती.

या तारखेचीही गंमत होती. एखादी गोष्ट आधी माहीत नसावीच आणि हळूहळू ती इथं आहे असं जाणवावं. मग त्या गोष्टीचं अस्तित्व घटनांनीच सिद्ध करावं. इतकं की, कुठलीही गोष्ट करताना ते आधी पाहावं. जसं काही करताना हे पाहणं आलंय की, आज तारीख किती?

म्हणजे त्यानं हा छंद लावून घेतला नव्हता. किंवा तसा तो भाविक, असल्या गोष्टीवर विश्वास ठेवणारीही नव्हता. पण भुतानं झाडं धरावं तसं झालेलं. मग त्याला वाटलं, बहुतेक ते असं बऱ्याच दिवसांपासून चालत आलेलं असणार. आपल्याला नकळत, पण शेवटी प्रत्येक गुन्हेगार काही तरी खूण मागे ठेवून जातो तसंच हे झालं. म्हणजे आपण ही तारीख पकडलीय.

योगायोगाचा भाग म्हणून पहिल्यांदा त्यानं हे सोडून दिलं.

तो घरून निघाला, तो वैतागूनच. म्हणजे निघतानाच त्याचं आणि आईचं खटकलं. कुठेही निघालं की परत केव्हा येणार हे ती विचारणारच. लहान असेतो ठीक आहे. पण इतकं घोडमं झाल्यावरही तिनं ते विचारावं हे त्याला अजिबात आवडायचं नाही आणि हे माहिती असूनही तीही विचारायचीच. मग दारातच बहुधा खडाजंगी. त्याच्या वाढलेल्या वयाला गुंडाळून ठेवायची. खास ठेवणीतल्या

आवाजात विचारायची, "अवी ऽऽऽ केव्हा येणार?" धडपडत चपला सापडवताना हे ऐकलं की, त्याला मुळी चप्पलच सापडायची नाही. तोही तो प्रश्न टाकून बाहेरच्या खोलीतून ओरडायचा– "माझी चप्पल कुठेय?"

"विनू घालून गेला असेल."

तो चरफडायचा. स्लीपर घातल्याचा आवाज झाला की, पुन्हा आवाज–

"कधी येणार?"

"लवकर येतो." असं वैतागून तो बाहेर पडायचा. हे इतकं नेहमी कसं घडतं हे दोघांनाही कळायचं नाही. दोघंही माघार घ्यायचे नाहीत.

म्हणजे बाहेर पडताना हा वैताग झाला. फुटपाथवर चालता चालता चुकून एका पोरगेल्या माणसाला त्याचा धक्का लागला. तो माणूस एकदम उद्गारला. पहिल्याच शब्दात त्याची मुजोरी दिसत होती.

"अबे एऽऽऽ"

अवी तर वैतागला होताच. 'हम भी कुछ कम नही' या आवेशात त्यानं सराइतासारखा शिव्या द्यायला सुरुवात केली. तो पोरगेलाही भडकला...

दोघांनीही एकमेकांना सुनवायला सुरुवात केली. बघता बघता फुटपाथवर गर्दी जमली.

बऱ्यापैकी एक-दोघं, 'जाने दो यार, क्या लगा रख्खा है।' असं म्हणू लागली. तेव्हा तेवढ्या गर्दीतून साने एकदम पुढं आले. त्याच्याकडे आश्चर्यानं पाहत म्हणाले.

"अवी तू–?"

तो फस्सकन फुग्यातली हवा गेल्यासारखा झाला.

"केवढी गर्दी जमलीय. काय झालं?" हा तमाशा यांच्यासमोर व्हायला नको होता, या कल्पनेनं तो एकदम हताश झाला. नुसतीच मान हलवत नकार दाखवत राहिला. "चल, चल घरी. मी नेऊन सोडतो." तो मुकाट बकरीमागे बकरी चालते तसे चालू लागला.

घरी आल्यावर सान्यांनी ते रसभरित वर्णन सांगितलं. वडिलांचा चिडत गेलेला चेहरा तो पाहात होता. आई उखडली होती. वडिलांचा हा अपमान होता, कारण साने त्यांचे बॉस होते.

मनात नसताना वडिलांचा झालेला अपमान. डाव उलटा पडायची एकच वेळ असते. तो हुशार होता. त्याच्या जोरावर त्याने चांगले मार्क्स मिळवले होते. आपल्यावर सगळे खूश आहेत म्हणून तो स्वत:च स्वत:वर खूश असायचा. सगळीकडे त्याचा वरचष्माही असायचा.

हे सगळं वर्ष अतिशय ताणाचं जातंय हे त्यानं ओळखलेलंच होतं.

येता-जाता, उठता-बसता त्याला या वर्षाची जाणीवही सगळे करून देतच होते. सकाळी ६ वाजल्यापासून ट्यूशन-कॉलेज-ट्यूशन या चक्रात तो अडकला होता. सिनेमा बंद. कट्टे बंद. खेळ बंद. टीव्ही फक्त ठरावीक वेळ चालू. सगळ्या बंदमुळे त्याची नाकेबंदी असह्य. रात्री गादीवर पडल्यावर तो सेकंदात झोपायचा. सकाळी पाचला धसका असल्यासारखा उठायचा. हे सगळं करत असताना वर सगळेच सल्ले द्यायचे. तेही तो सहन करायचा.

स्वत:ला 'कोल्हू का बैल' म्हणवायचा. असं होता होताच त्याचं वर्ष गेलं कसंबसं. परीक्षा सुरू झाल्या. प्रॅक्टिकल करीत असताना केमिस्ट्रीचं प्रॅक्टिकल फारच वाईट गेलं.

रिझल्ट धाकधुकीत पाहिला. त्याचा त्रिफळा उडाला होता. सेकंड क्लास. ना इधर ना उधर. प्रॅक्टिकल आणि रिझल्ट दोन्हीच्या तारखा एकच. सहा.

ग्रॅज्युएशन करणं आलंच. मार्गही नव्हता. विलक्षण मानहानी. मन:स्ताप. संताप. स्वत:च्या अस्तित्वाची वाटत राहिलेली लाज.

चुकूनही आवाज वाढवायला तो धजला नाही. निकालानंतर तो सगळ्यांनाच टाळत राहिला. मित्रांना, नातेवाइकांना, विशेषत: धाकट्या भावंडांना, ज्यांना त्यानं आपल्या हुशारीचा नेहमीच तोरा दाखवला होता.

मनाचा एक कोपरा या सगळ्या प्रकारात हलकेच ढासळून गेला.

आंतरविद्यापीठीय सामन्यांची तयारी जोरात चालू होती. रोज सकाळी उठून प्रॅक्टिसला जाणं, सराव करणं चालू होतं. बॅडमिंटन. त्याला मनापासून आवडणारा खेळ. या खेळानंच त्याला बरंच सावरलं. शिवाय या खेळातूनच त्याची शीतलशी ओळख झाली. एकमेकांना गुंतवत ठेवताना, त्यानं स्वत:शी कितीतरी गोष्टी ठरवून केल्या होत्या. एकमेकांना न सांगता, तिचे आवडते शॉट मारताना तिच्या डोळ्यांतली चमक त्याला रॅकेट फिरवतानाच जाणवायची.

त्यात हे वर्ष शेवटचं. महत्त्वाचं. आयुष्याला सुरुवात करण्याअगोदरचं.

प्री लाईफ इयर. बरेच मित्र-मैत्रिणी सुटून पांगणार. एकदाच चमकून थक्क करून सोडणार असल्याचं त्यानं पक्कं केलेलं.

सगळं अगदी सुरळीत. सगळ्यांच्या त्याच्याकडून अपेक्षाही तशाच. पण ऐन सामन्याच्या दिवशी पाय घसरून पडल्याचं निमित्त झालं. पाय मुरगळला. डॉक्टरांनी सांगितलं, लिगामेंट दुखावला गेलाय. खेळणं रद्द.

प्रेक्षकांत बसून सामने पाहताना त्याला रडू येईल असं वाटलं.

वरपांगी सहानुभूती त्याला सगळेच दाखवत होते. सामने अर्धवट सोडून दुखऱ्या पायानं, दुखऱ्या मनानं तो घरी आला. त्यानंतर जवळजवळ एक

आठवडा त्यानं याच मन:स्थितीत काढला.

लोकांचं समजावणं किती सहज. आपलं समजावून घेतल्यासारखं करणं. समजणंही तेवढंच सहज. नैसर्गिक. आठवडाभरात शीतल आली नाही. मोतीवाला जिंकला, त्याच्या पार्टीला ती गेल्याचं कळलं.

अगदी नकळत पुन्हा एकदा मनाचा कोपरा ढासळला. हिंदकळला. घसरून पडताना, पडल्या शेणात माती उचलून घ्यावी तसं त्याचं स्वत:चं झालं.

या घटनेमुळं त्याच्या मनात फार मोठा खड्डा पडला, जो काळच कदाचित भरून काढील किंवा नाहीही.

अवीला वाटलं– सगळंच क्षणभगूंर आहे म्हणतात तेच खरं आहे. पण आपल्याला हे इतक्या लहान वयातच कळायला हवं होतं का?

या दुखऱ्या खपल्यांना एकांताचाही धक्का ना लागो. ती तारीखही तीच होती. सहा.

या अवस्थेत ती तारीख त्याच्या मनावर कायम कोरली गेली. ओझं म्हणून बाजूला टाकल्या गेलेल्या आठवणी त्याच्याकडे धावत आल्या आणि त्याच्या बुद्धीच्या, मनाचा, शरीराचा ताबा घेऊन बसल्या.

एखादा चमत्कार व्हावा आणि त्या चमत्कारानं दिपून जावं तसं झालं. इतके दिवस ही गोष्ट का कळली नसावी?

आता तो सर्व गोष्टी जागरूकपणे करायचं शिकला.

परीक्षेचा दिवस, कामाचा दिवस, भेटीचा दिवस, इंटरव्ह्यूचा दिवस.

एकेक दिवस जो त्याच्या हात धुऊन पाठी लागला. त्याचं अस्तित्व जाणवून देऊ लागला. त्याला एका दबावात ठेवू लागला, अन् हळूहळू तोही त्या दबावाखाली झुकून गेला. भूतकाळात या दिवसानं त्याला 'मला विसरू नकोस' हेच शिकवलं.

तारीख ६, आकडा ६.

सहा

त्याला आतून-बाहेरून, अंत:करणात जाणवणारा दिवस. आई भयंकर आजारी पडली. जबरदस्त धावपळ. सगळं आयुष्य अस्ताव्यस्त. डॉक्टर म्हणाले, अजून ४८ तास असंच पुलऑन झालं तर सगळं ठीक होईल. अठ्ठेचाळीस तासांतच पुन्हा तो आकडा होता सहा... सहा तारीख.

अख्खी रात्र तो ताटकळत तिच्या उशाशीच बसून होता. मध्येच दचकून तिच्या पापण्यांकडे पाहत होता. तिच्या नाकाजवळ हात नेऊन श्वास येतोय का पाहत होता. शेवटी वडिलांना राहवलं नाही म्हणून ते म्हणाले, "अवी, असं काय करतोस? बी करेजियस." कितीतरी वेळ खांद्यावर थोपटत राहिले. तशा

तणावाच्या अवस्थेतला वडिलांचा हात त्याला खूप काही सांगत गेला.

पण आत ती ताटकळ टांगून राहिली होती. ती त्याला गप्प बसू देईना. या गंभीर शांततेत तो एकदम म्हणाला–

"नीमू, आज सहा तारीख आहे ना?" बोलताना त्याचा आवाज भरून आला. डोळ्यांच्या कडांवर पाणी स्थिरावलं. काही न कळून तिनं फक्त मान डोलावली.

आई बरी होऊन जेव्हा घरी आली, तेव्हा तिच्या बोलण्याच्या ओघातून त्याला कळलं की सहा हा आईचा शुभ आकडा आहे.

निदान तो यामुळं तरी निश्चिंत झाला. पोस्ट ग्रॅज्युएटनंतरचं वर्ष. या सगळ्या आयुष्याला या वर्षामुळे किंमत येते असं त्याला कधीच वाटलं नाही. अशी अवस्था झाली की त्याला वाटलं, हे वर्ष कधीच संपणार नाही. हनुमानाच्या शेपटीवर बसून तो न संपणाऱ्या वेळेनं ग्रासला.

सहा तारखेनंच त्याचा प्रत्येक दिवस भरून गेला. अगदी तो या निर्णयाप्रत आला की, ज्यांना अशी सहा तारीख घातक असते ते कधीच वर येत नाहीत. उलट ती तारीखच पसरत पसरत सबंध आयुष्यावर पसरते. फतकल मारून बसलेल्या जाड माणसासारखी. जगातल्या तमाम सहा तारीखवाल्यांसाठी त्याच्या मनात प्रचंड प्रेम निर्माण झालं. मग त्याला हेही पटत गेलं की, काही चिन्हं बहुतेक प्रत्येक दिवसावरच मारलेली आहेत. त्यामुळे प्रत्येक दिवसाच्या कुठल्या न कुठल्या टोकावर न दिसता ती तारीख बसून आहे. दबा धरून बसल्यासारखी. त्याची खात्री पटताच त्याने सहा तारीख विस्मरणात टाकून दिली. सतत लक्षात ठेवण्यासाठी.

भयंकर डब्बा वर्ष.

माझंच शेपूट वर आल्यासारखं. त्या काळात पेपर्स, जाहिराती आणि हिंडणं हेच ध्येय. सतत भटकंती. एका दृष्टीनं तेही बरंच! कारण काही शिंगरं आधी कुठे कुठे चिकटली होती. त्यांची वर शेपटं पाहणं तरी टळत होती. वडील शांत. पण त्यांची वर्षापूर्वी झालेल्या रिटायरमेंटची जाणीव बोलण्यात व्यक्त व्हायची. आता ते शांत असल्याने आईला शांत राहण्याची गरज नव्हती.

सुरुवातीचे दोन-तीन महिने. प्रत्येक जाहिरातीनंतर होणारा इंटरव्ह्यू म्हणजे लढाईचं मैदान जिंकून आल्याचा आव असायचा. इंटरव्ह्यूला कसा गेलो ते बाहेर कसा पडलो इथपर्यंत. यंव बोललो, त्यंव बोललो, एव्हरीथिंग! इतरही या सर्व गोष्टी रस घेऊन ऐकायचे. नंतर वाट पाहत बसायची पत्राची.

आता हळूहळू न येणाऱ्या पत्रांचीही सवय झाली.

आज बरोबर दोन वर्षं झाली.

बेकार.

सगळ्यांना नकोसा असणारा. एखाद्या ओझ्यासारखा. मुटकुळं होत जाणारा. धाकट्या भावाच्या यशोगाथा ऐकणारा. बाहेरचा तर प्रत्येक मुलगा त्याच्यापेक्षा नशीबवान असणारा. पण अवी...?

बिन नावागावाचा, बिन चेहऱ्याचा, स्वत:चं अस्तित्वच विसरलेला.

मागच्या महिन्यात दिलेल्या इंटरव्ह्यूत सांगितलं नंतर कळवतो. काल त्या ऑफिसमधल्या मित्रानं सांगितलं, घरी फोन करून कळवतील. त्याने डोळे विस्फारून कॅलेंडरकडं पाहिलं.

पुन्हा सहा तारीख...

ओह् गॉड!

इतक्यात फोनची बेल वाजली.

छातीत एक वेगळीच धडपड.

"अवीऽऽ तुझा फोन."

"हॅलोऽ"

"मी शीतल बोलतेय..."

कान बधिर झालेले. नुसतंच हूं हूं करीत राहिला.

पंधरा मिनिटांनी पुन्हा फोन.

"काँग्रॅच्युलेशन्स! यू आर अपॉइंटेड ॲज..." पुन्हा बधिरपणा.

तो धपकन सोफ्यात बसला.

कॅलेंडरकडं अविश्वासानं पाहिलं. सहा तारीख.

वरच्या चित्राखाली लिहिलं होतं... What seems to be the end may really be a new beginning. त्याच्या लक्षात आलं, असल्या वाक्यांवर विश्वास ठेवणं शाळा सोडताच सोडून दिलं होतं.

तो स्वत:शीच हसला.

आकड्यावर जुगार खेळून झाला.

आता ही वाक्यं...

आधी सहा आकड्यावर विश्वास ठेवला. आता त्यानं या वाक्याच्या शेपटाला पकडलं... कॅलेंडरकडे पाठ फिरवून.

त्याने खिडकीबाहेर पाहिलं...

आभाळात असंख्य पक्ष्यांचा थवा उडाला.

/

७

ग्रीन फिंगर्स

त्याला वाटलं, ही गोष्ट त्याच्या लक्षात यायला फार वेळ लागला. खरं तर तेवढा वेळ लागलाही नव्हता. कारण आत्ताशी तो पंचेचाळिशीत होता.

म्हणजे आयुष्याच्या गद्धेपंचविशीनंतर त्याला पहिल्यांदाच वाटलं की, संसार, समाज, स्वत:वरच्या जबाबदाऱ्या, मुलं, बायको, मित्र याशिवायसुद्धा काहीतरी असतं. तसा तो अनुभव नवाही नव्हताच.

नेहमीचाच होता. पण त्याने त्याच्याकडे पाहिलंच नव्हतं. बागेतल्या कोवळ्या पानांना हात लावावा; पण लावलेला हात नव्या पानाला लावलाय, वेगळ्या आयुष्याला लावलाय हे कळू नये, तो अनुभव असावा तसे.

ही नवी जाणीव एकदम थ्रीलिंग होती. स्वत:च काही तरी नवं उगवत असल्यासारखी.

बरेच दिवसांनी स्वत:च्याच घराची बंद खोली उघडावी अन् आठवणींच्या धुरळ्यांत डोळे पाणवावेत तशी.

ग्रॅज्युएशन झाल्यावर त्याने जिवाचं रान केलं. जीव तोडून आय.एफ.एस.च्या परीक्षेसाठी अभ्यास केला होता. दोन किंवा चार परसेंट रिझल्ट असणाऱ्या या परीक्षेचं त्याला आकर्षण होतं.

एखादी गोष्ट करायला घेतली की, त्या गोष्टीचाच छंद तो लावून घ्यायचा. त्याच्याच पाठीमागे लागायचा. अगदी कंटाळा येईतो. ही त्याची वृत्ती. त्यामुळे इंडियन फॉरेस्ट सर्व्हिसेस त्याच्यासाठी एक ऑब्सेशन होतं.

ते पूर्ण झालं.

त्या यशाची धुंदीही औरच होती. त्याच्या डोक्यात सतत, इतरांपेक्षा त्याला वेगळं आयुष्य मिळणार असल्याची गुदगुदी होती. त्याने तो स्वत:च खुशीत होता.

आता हुकूमाची पानं त्याच्या हातात होती. एक वेगळं आयुष्य.

स्वत: गव्हर्न करणार असल्याचं सुख असलेलं. आपली नुसती मतं सांगायची

नव्हती, नुसत्या सजेशन्स द्यायच्या नव्हत्या. स्वत: सजेशन्स ऐकत स्वत:च निर्णय घेऊ शकणारं आयुष्य.

लोक त्याचं ऐकणार होते. नुसते ऐकणार नव्हते, तर त्याबरहुकूम वागणार होते. तसं झालंही...

सुरुवातीलाच त्याला ॲडमिनिस्ट्रेटिव्ह पोस्ट मिळाली.

एखाद्या गोष्टीची इच्छा धरावी अन् कल्पवृक्षाखाली बसल्यासारखं कुठे न अडता प्रत्येक गोष्ट पदरी पडावी तसं झालेलं. स्वप्नांच्या दुनियेत जावं, एका कल्पनेतून, दुसऱ्या कल्पनेत सहज शिरावं तसं त्याचं झालं.

अनभिषिक्त राजा, त्याला सीमांचा अटकाव नसावा, उलट प्रत्येक सीमा पार करताना स्वत:तलं राजेपण जागं होत राहावं. स्वत:च्याच भाग्यावर विश्वास बसू नये. सीमा पार करताना हटकू नयेत, पण आदरानं पार करवावी, तसं त्याचं झालं.

आपण कुणीतरी आहोत, आपलं सगळे ऐकताहेत या एकाच गोष्टीत तो कितीतरी दिवस गुंगीत राहिल्यासारखा राहिला.

मग हळूहळू त्याला कामाची जाणीव होत गेली. काम कसं करवून घ्यायचं याची. त्याच्या स्वत:कडून वरची यंत्रणा कसं कसं काम करवून घेतेय याची.

रोजच्या दिवसाला त्याच्या समोर अनेक चेहरे यायचे.

चेहरे– काही खरे. काही मुखवटे.

त्यांच्यातून तो त्यांच्यातील खऱ्या माणसांना पाहायचं शिकला.

अर्जविनंत्या करणारे, भाबडे; विनवणारे चेहरे. मग्रूर, उद्धट, डोळ्यांनी दाबणारे चेहरे; लाचार, लोचट, बोटांची चाळवाचाळव करीत नोटांची सलगी दाखविणारे चेहरे.

या सगळ्या रामरगाड्यात तो स्वत:साठी एक चेहरा शोधीत गेला.

या शोधण्या शोधण्यात किती वर्षं गेली. त्यानं सगळं उघड्या डोळ्यांनी पाहिलं. काही हस्ते-परहस्ते ऐकलं.

काहींचा स्वत:च अनुभव घेतला. या जगात तुम्हाला लव्हाळ्यासारखं लवचीक राहावं लागतं आणि प्रसंगी एखाद्या महामेरूसारखं ताठं आणि अटळ.

बाहेर त्यानं करारी चेहरा ठेवला. कुणाला न दबणारा. जेव्हा लागतील तेव्हा तत्त्वांना आधाराला धरणारा.

पण आत तो स्वत:च अस्वस्थ होता. स्वत: रमत होता. चित्र रंगवत होता. गाण्याची रंगत उपभोगत होता.

पण सगळं करताना आता कुठेही ऑब्सेशन नव्हतं. कुठलीच धुंदी नव्हती. सगळ्या आयुष्याला एक झळाळी होती. पण त्याच्या डोळ्यांना त्याची सवय

झाली होती. सगळ्या अप्रूपाचं रूटीनमध्ये रूपांतर आणि आत सतत काहीतरी सापडावं, मिळवावं, त्यात धुंद व्हावं ही तीव्र इच्छा.

आपल्याजवळ सगळं असताना, काहीतरी हरवलेलंच आहे असं...

ते हरवलेलं शोधून काढायची इच्छा. ते न पाहिलेलं हुरहुरत मिळविण्याची इच्छा आणि एक दिवस अचानक त्याच्या रूटीन रस्त्यावर नवीन पाटी लागली. 'फ्रान्स राजदूत'.

आतापर्यंत ठरवलेला रस्ता, गिरवलेला रस्ता अचानक संपला.

एखाद्या जादूगारानं आसमंतात काडी फिरवून एखादा गालिचा पायाखाली पसरून टाकावा तसा फ्रान्सकडचा रस्ता त्याच्यासाठी वाट उघडून बसला आणि बरंच काही बदललं.

एरवी घरात वीणा होती. मुलं होती. दर नव्या ट्रान्सफरबरोबर ती न बदलता येत होती.

सुरुवाती सुरुवातीला बुजरेपणानं राहणारी, समारंभाच्या आधी तासन्तास साडीचा चॉईस करण्यात गुंतलेली, समारंभासाठी घाईनं ब्युटिशिअनला बोलावणारी आणि कार्यक्रमात घामानं चिंब होत, मेकअप पुसत राहणारी वीणा; त्याच्या-सारखीच हळूहळू बदललेली त्याने पाहिली. किंबहुना ती तशी तयार व्हावी याची दक्षता घेतली. मग आयुष्य म्हणजे एक छान, गुळगुळीत, चाकोरीबद्ध रेषा... परीघ.

त्या परिघाचा अंत नसावाच. तो परीघ असाच स्मूथली जात राहावा असं वाटणारी ही दोघं. त्यानं एक्झिक्युटिव्ह चेअरमध्ये रेलावं. विदाऊट टेन्शन काम करावं. टेन्शन पीरियड्स टाळावेत. शक्यतो सगळ्यांनाच टाळावं. शक्यतो सगळ्यांनाच खूश ठेवावं. न जमल्यास आपल्याला पाहिजे ते करून मोकळं व्हावं, आपल्या कामांबद्दल स्पष्टीकरण मागितलं तर शक्यतो ते नियमांना धरून एकूण तयारच ठेवावं.

म्हणजे एकूण मुत्सद्दी.

तिनं घर सजवावं. किंबहुना सजवून घ्यावं. मुलांना सांभाळावं. त्यांचा अभ्यास घ्यावा, त्यांच्या फिजिकल, मेंटल, इंटलेक्च्युअल वाढीकडे लक्ष द्यावं. स्वयंपाक करवून घ्यावा, पार्ट्या द्याव्या.

समाजसेवा करावी.

बक्षीस समारंभ करावेत. जमेल तेवढं बोलावं. अन् नाही तेव्हा सुंदर दिसण्यावर भागवून घ्यावं. त्यानं तिला कधीच अडवलं नाही. तीही त्याला कामाविषयी कधीच बोलली नाही. म्हणजे आयुष्य अगदी स्मूथ चाललेलं.

पण या पाटीपाशी दोघंही थोडी घुटमळली. त्याचा स्वत:वर विश्वास होता. पण असं काही होईल असं वाटलं नव्हतं. एक चाकोरीचं आयुष्य जसं चाललं होतं. त्याला मान्य होतं. हे अगदी अनपेक्षित असं घडलं. प्रयत्न न करता.

त्यानं याचं श्रेय कुणाला द्यावं याचा बराच विचार केला, तरी श्रेय कुणाकडेच जाईना. एव्हाना त्याच्या स्वत:च्या बुद्धीवर त्यानं विश्वास ठेवून दिला.

स्वत:च्याच नजरेत तो खूप उंच उंच गेला. वीणा बऱ्यापैकी आनंदात असल्याने तिला हे प्रमोशन म्हणजे आनंदाची परिसीमाच झाली. एरवी इंपोर्टेड गोष्टी विनासायास मिळत होत्याच. पण आता प्रत्यक्ष परदेशच पाहायला मिळणार म्हणून ती खूश झाली होती. देशी गाड्यांमध्ये सदैव बसणाऱ्या मुलांना परदेशी गाड्यांचं आकर्षण होतंच, ते पूर्ण होणार.

शिवाय सतत एअर ट्रॅव्हल.

त्यानं अपॉईंमेंट लेटर घेतल्यावर एकच गर्दी उडाली. आज स्टाफतर्फे पार्टी, उद्या ऑफिसतर्फे, मग मित्रांची बोलावणी. सामाजिक संस्थांतर्फे पार्ट्या आणि निरोप समारंभ.

दर पार्टीला तो सराईतासारखा हातात पेग घेऊन हिंडायचा.

मिस्टर वासवानी, मिसेस पटेल, मिस शोभा, मिसेस मोतीवाला, मिस्टर लालगुडे, मिस्टर– मिसेस– मिस. इत्यादी, इत्यादी, इत्यादी.

बुके– बफे– हार– गुच्छ– नमस्कार– हॅलो– हाय– नमस्ते– हाऊ डू यू डू? नाईस मीटिंग यू. थँक्यू...

शब्द. शब्द.

पार्ट्या. पार्ट्या.

माणसं. माणसं.

पेग. जेवणं.

आणि मध्यरात्रीला थकून थकून झोपणं.

आता फ्रान्स.

नवी जबाबदारी.

नवी टेन्शन्स.

रोज येणारी हजारो पत्रं. सरकारी आदेश. आदेशांची अंमलबजावणी.

भारतीय नागरिकांच्या अडचणी.

सतत सतर्क राहून प्रत्येक प्रसंग, प्रत्येक गोष्ट काटेकोरपणे पाहणं. त्याचे रिपोर्ट्स. नवीन स्टाफ. सेक्रेटरी.

फ्रान्स हा नवा उलगडत राहणारा देश. इथली माणसं, त्यांच्या रीतीभाती, मुलांच्या शाळेचा प्रश्न. वीणाची भाषेची अडचण.

तिला सुपर मार्केट, कारपार्क, गाड्यांची ओळ धरण्यापासून शिकवणं. स्वत: सतत शिकत राहणं.

परदेशात आल्याचं सुख आणि इथल्या हजारो फ्रंटवर द्यायला लागणारी शक्ती. खरं तर सगळ्या फ्रंटवर तोंड देता देता तो वैतागला.

आपल्याला या परदेशाचं लोभसवाणं खेळणं दाखवून वैताग दिलाय असं त्याला वाटलं.

मग झाली त्याला वेलकम पार्टी. तब्बल दोन महिन्यांनी.

वीणा दोन तास सजत होती. पोरं येणार नव्हती. भारतातल्या पार्ट्यांना जवळ-जवळ तो रुळलेलाच होता.

पण हो...

नवी विटी– नवं राज्य.

अनेक भारतीय. काही फ्रेंच. काही कॉन्टिनेंटल. आधी दोघंही आतून घाबरलेली. बाहेरून चंद्रबळ आणीत हसणारी.

पण तो अर्ध्या तासात सेटल झाला. राजकीय चर्चेला बगल देत बोलत राहिला. एका ग्रुपमधून दुसऱ्या ग्रुपमध्ये. अनेक माणसं अन् स्त्रिया.

तो थकून सोफ्यात बसला तशी ती आली.

इव्हिनिंग ड्रेसमधली.

दोन्हीही खांदे उघडे असलेला लो कट ड्रेस.

"हाय!"

"हॅलो," तो किंचित उठल्यासारखं करत म्हणाला.

"प्लीज सीट." ती म्हणाली. "आय ॲम आयलीन."

"ग्लॅड टू सी यू." तो

"सो डू आय." ती.

ती अगदी मोकळी बसली.

हातात मद्य. मध्यरात्र उलटून गेलेली.

त्याचे डोळे वास्तविक पेंगुळलेले, पण तिच्या येण्यानं उजळून निघाले.

थोडा मेकअप, थोडं आधुनिक राहणीमान, एकूण अत्यंत सुंदर संगम. एकदम ती म्हणाली, "यू आर सो हँडसम."

त्याला कळलंच नाही. क्षणभर तो गांगरला. झटकन सावरत म्हणाला, "थँक्यू!"

"अँड शाय ॲजवेल. आर यू?" ती म्हणाली.

तो न बोलता बघत राहिला.

त्याच्या हातावर हात टेकवत ती म्हणाली,

"इंटलिजंट अँड लकी!"

"ओ, थँक्यू!" तो तसाच.

एका कोपऱ्यात बसून तो बघत राहिला. ती आयलीन जी त्याच्या हातावर हात ठेवून गेली, जाताना त्याला काही देऊन गेली. त्याच्यात काहीतरी जागवून गेली.

जाताना वीणाजवळ थबकत ती हलके हलके कुजबुजली...

"युवर हजबंड इज रिअली सो हँडसम. यू आर सो लकी. आय एनव्ही यू."

वीणा फक्त हसली. आयलीन बोललेलं तिच्या मनाला लागून गेलं.

घरी चेंज होताना ती म्हणाली, "इथल्या बायका जर 'ह्या–' च आहेत."

"ह्या म्हणजे? कशा?"

"म्हणजे इथं ते पॅरिसची रंगत वगैरे प्रकार तर मला सगळीकडेच दिसत आहेत."

"हॅट. अगं इथले मॅनरिझम्स आहेत. पद्धत आहे."

हे म्हणताना त्याला एकदम आठवलं. आय.एफ.एस.च्या ट्रेनिंगमध्ये त्याच्याबरोबरची स्वामीनाथन् एकदा म्हणाली होती–

"यू हॅव लुक्स, यू नो. द एक्झॅक्ट वे टू वुमन्स हार्ट."

तो हसून म्हणाला, "आय नेव्हर वाँट टू ट्राय इट दो."

त्यावर तीही हसत म्हणाली, "दॅट्स द पिटी. अदरवाइज आय वुड सेटल विदाऊट धिस ट्रेनिंग."

आता वेळ होता. थोडा आराम होता.

कामाची नवी ओझी होती. पण ती करताना उत्साह होता.

हळूहळू धागा सुटत जावा, लड उलगडत जावी तसा तो आतून उलगडत होता. कामाच्या धकाधकीत तो हे विसरून गेला होता की, त्याचा आवाज अतिशय भरदार, खोलवरून आल्यासारखा येतो. त्याची उच्चारपद्धती अतिशय मुलायम होती. त्याच्या उंचीचा फायदा तो फक्त दबावापुरता करी. पण या उंचीला सूट किती शोभून दिसतात, हे तो नव्यानंच अनुभवत होता.

आता तो ड्रेसिंगविषयी जागरूक राहात होता. मॅचिंग टाय, मॅचिंग हँकी, हलकासा सेंट, लेटेस्ट कट सूट.

सुट्यांत काय घालायचं, पिकनिकला काय वापरायचं– त्याच्यातला बदल झपाट्यानं होत होता.

वीणा या सगळ्यात फक्त कौतुकानं पाहणारी प्रेक्षक होती. अगदी नकळत थोडीशी धास्तावल्यासारखी झालेली. कारण तसंच होतं.

त्याच्या बदलात आणखी एक बदल होता. बायकांच्या बाबतीत तो जास्त मोकळा होत होता. त्याची रुबाबदार आकृती अर्धं काम करून जाई. त्याचा अधिकार, राजदूत म्हणून असलेली त्याची प्रतिष्ठा, यानं पाहणारा अर्धा जिंकला जाई.

उरलेलं त्याची बुद्धी, आवाज, अदब यावर जिंकत जाई.

सुरुवातीला पार्टीत पुरुषांत वावरलं की, तो झटकन बायकांकडे वळे.

थोड्या वेळात तो त्यांच्यावर काय जादू करायचा कुणास ठाऊक, पार्टीत बायका त्याच्या शेजारी बसायला धडपडायच्या. मुळातच स्त्री-पुरुष असा फारसा भेदभाव नसणारा समाज. एकमेकांच्या अंगावर रेलून बसणं हे असभ्य समजलं जात नव्हतं.

बायकांचे घरी येणारे फोन वाढले. वीकएंडला बाहेर जाणं वाढलं. पार्ट्या वाढल्या. वीणा एखाद्या दुखावलेल्या शक्तिहीन जनावरासारखी झाली. मुलांवर परिणाम नको म्हणून वीकएंड टाळू लागली. घरी पार्ट्या कमी केल्या.

तो फार चेकाळला, तशी ती उखडली. संतापली. त्यानं त्याच्या खास आवाजात पुन्हा सांगितलं की इथला समाजच असा आहे. आपण इथं आहोत तोवर निभावून न्यायचं. शिवाय त्यानं तिला काहीच कमी केलं नाही. अगदी प्रेमसुद्धा.

त्या दिवशी दुपारी शॉपिंग करून परतली तेव्हा हॉलचा दरवाजा किंचित उघडा होता.

व्ही.सी.आर.पुढं मॅगी आणि तो बसले होते. एखाद्या आज्ञाधारक लाडक्या बायकोसारखी मॅगी त्याच्या पायाजवळ बसून त्याच्या मांडीवर डोकं ठेवून त्याचे गाल कुरवाळत होती. तो म्हणत होता.

''आय हॅव नेव्हर सीन एनिथिंग सो ब्युटिफूल ॲज युवर आईज डिअर.''

मग दबलेल्या आवाजात फक्त तिनं ऐकलं, ''सो सॉफ्ट. सो सॉफ्ट.''

संतापानं भणभणलेलं डोकं. शक्ती निघून गेलेले पाय. मॅगीच्या गुदमरलेल्या आवाजात तिनं तिच्याच नवऱ्याची केवढीतरी स्तुती ऐकली.

दोघांना भानावर आणण्यासाठी ती पुन्हा बाहेर गेली. हेतुतःच बेल वाजवून आत आली. ती आत आली तेव्हा दोघंही दोन खुर्च्यांवर बसून व्ही.सी.आर. पाहत होते. तो लवकर घरी आल्याबद्दल काहीबाही सांगत होता.

आज आपण शॉपिंगला जाणार हे त्याला माहीत आहे, हे कळूनही ती समजूतदार लेकरासारखी मान हलवत होती.

त्याला मात्र एक सुंदर तळं गवसलं होतं. त्याच्याजवळ गळही होता अन् दोराही. पाण्यात फेकण्याचं कौशल्य होतं आणि मासळी मिळणार याची खात्रीही. मॅगी, एडी, आयलीन, सोना, फेरवानी, शर्मा, गुप्ता या आणि आणखी

कितीतरी. त्याला वाटलं. आपल्यात एक अशी खुबी आहे, हे आपल्याला कधीच कसं कळलं नाही? कॉलेजमध्ये? ट्रेनिंगमध्ये? नंतर?

यात गैर काहीही नव्हतं. ज्या त्याच्याजवळ येत होत्या, त्या स्वत:हून. त्यानं फक्त जाळं टाकायचं. गोड मधाळ शब्द. अतीव अदबीनं बोलायचं. त्यांच्या रूपाविषयी, कपड्यांविषयी की संपलं. आधी तो विचार करायचा. या हाय सोसायटीतल्या बायका सॅटिस्फाईड नसतातच. आयुष्यात सारखं चेंजिंग, थ्रीलिंग पाहिजे असल्यासारखं फिरतात.

त्यांच्या भटकंतीत त्या आपल्याजवळ विसाव्यापुरता येतात. थोडा काळ टिकतात. पुन्हा जातात. कधी पुन्हा विद्ध होऊन येतात तेव्हा करायचा मॅच्युअर रोलही त्याचा आता तयार झाला होता.

प्रत्येकीची पद्धत थोडी वेगळी असली तरी तमाम भावनाप्रधान. तो सर्वांनाच इंटेलिजंट म्हणायचा. त्या एका शब्दावर जगातल्या सर्व बायकांचं प्रेम असलेलं त्यानं जोखलं होतं. त्यांना इंटेलिजंट कॅटेगिरीत टाकलं की, काम सोपं होतं. भेटीचे प्लॅनही त्याच करतात. आपण त्यात फक्त चपखल बसायचं.

शिवाय त्याच्यासाठी पाहिजे ते चेंज करायला त्या तयार असायच्याच. त्याच्या दृष्टीने तर त्याला असं एक रसायन अवगत झालं होतं की, ज्यानं त्याचं आयुष्यच बदललं होतं.

राहता प्रश्न राहिला समाजाचा. पैसा आणि खुर्ची दोन्ही गोष्टी या समाजाला वाकवायला पुरेशा असतात असं त्याचं मत होतं आणि इथे फ्रान्समध्ये तर त्याला डिवचणारं कुणी नव्हतं. वीणा सोडून...

मध्येच एक बातमी आली. त्याला पुन्हा भारतात बोलावलं. तो रेस्टलेस झाला. नाही तरी इकडंच आयुष्य सोडून जाणंही जिवावर आलं. पैसा, आराम अन् हा नवा छंद हे सगळं तिथं होणं अवघड होतं.

त्याला दिल्लीलाच काही काळ थांबायचं होतं. पुढचं नक्की ठरेतो. दिल्लीतल्या त्याच्या मित्रांनी त्याच्या स्वागताचा मोठा खाना दिला. खास विलायती पद्धतीचं भोजन. सगळी समाजातली उच्चभ्रू मंडळी. फ्रान्समधले अनुभव. इतर गप्पा. राजकीय वातावरण.

त्याच्यातला तो फासेपारधी अस्वस्थ होऊन उठला. या पार्ट्या अशा नीरस जाणार का?

'लेट मी ट्राय.'

एका अत्याधुनिक स्त्रियांच्या घोळक्याकडे तो वळला. खास अदबीनं झुकून म्हणाला,

"ॲम आय डिस्टर्बिंग यू?"

"ओऽऽनोऽऽ!" चा कल्लोळ झाला. त्याच्या सराईत नजरेनं हेरलं.

तिला एकटं पाहून त्यानं हलकेच गडद आवाजात विचारलं.

"मे आय नो युवर नेम प्लीज?"

"मीनाक्षी."

"ओ! किती साजेसं नाव!"

थोड्या वेळाने दूर उभ्या असलेल्या वीणानं पाहिलं. तिचे डोळे त्याच्या डोळ्यांत बुडून गेलेत. ते डोळे त्याची पूजा बांधताहेत. त्याच्या सुकुमार स्पर्शासाठी तिची बोटं चाळवताहेत आणि एखाद्या कसबी वादकासारखे त्याचे हात पाहिजे तेवढाच स्पर्श करून तिला उद्युक्त करत आहेत.

खालच्या ओठाचा चुराडा करीत वीणानं पाठ फिरवली.

"फ्रान्स ऑर नो फ्रान्स." ती दोघंही एकदम मनात म्हणाली. "जागा वेगळ्या. खेळ तोच."

त्याला पुन्हा एकदा वाटलं, आपल्याला फार उशीर झालेलाच नाही. ही तर झिंग येण्याची सुरुवात आहे.

'आय हॅव यट टू गो फार.'

मग त्या हिरव्या स्वप्नांना तो आमंत्रित गेला.

८

कापूसकोंड्याची गोष्ट

त्या मोठ्या बागेच्या एका कोपऱ्यात सिमेंटच्या बेंचवर ती बसून राहिली होती. आजूबाजूला लोक येत-जात होते. काही जोडपी होती. काही छोटी छोटी पोरं इकडून तिकडे धावत होती. दुसऱ्या गावातली ट्रीपवर आलेली मुलं आपले कपडे, टोप्या सावरत इकडून तिकडे जात होती. काही मुलं आईच्या नावानं ठणाणा करत होती, तर काही रडत रडत काहीतरी मागत होती.

तिच्या बेंचच्या पाठीमागे मोकळे पिंजरे पडलेले होते. त्यातली जनावरं एक तर सोडून दिली असावीत, किंवा मरून गेलेली असावीत. त्यांची नावं मात्र आजही त्या पिंजऱ्यावर होती. त्या मेलेल्या पिंजऱ्यांकडे कुणी पाहायलाही येत नव्हतं. तिला वाटलं चला, हेही ठीकच आहे. हे निष्प्राण पिंजरे तरी आपल्या पाठीशी आहेत...

मागे गेलेला भूतकाळ आणि पुढून येणारा भविष्यकाळ हे समीकरण तिला लहानपणापासूनच शिकवलेलं होतं. मागचा जर भूतकाळ तर तो नक्की किती मागे हे न समजण्यासारखं...

म्हणजे अगदी हे लागून असलेले पिंजरेही असतील कदाचित तिच्या भूतकाळात...

या मोठ्या पार्कवरच्या एका कोपऱ्यातल्या बेंचवर ती अगदी एकटीच होती.

प्रत्येक गोष्टीचा अन्वयार्थ लावण्याच्या मागे लागलेली होती.

हा मोठा पार्कही कदाचित तिनं यासाठी निवडला की आपण किती क्षुद्र आहोत हे आपल्याला जाणवावं.

तिच्या पुढ्यात विटांनी बांधलेलं मोठं मैदान होतं. सगळं मैदान मोठाल्या झाडांनी भरून गेलेलं होतं. मान वर करून पाहिलं तर वर पानांच्या जाळीच छत होतं. अजस्त्र अवकाशातल्या कितीतरी आकारांनी, रेषांनी, पानांनी ते रेखून काढलं होतं. वरच्या टोकापासून, पानांच्या छत्र्यांपासून तिची नजर खाली घरंगळत घरंगळत आली. त्या बांधून काढलेल्या मैदानाची ओल तर शेवाळावरून सरकत सरकत तिच्या पायापर्यंत आली...

विचार न करताही ती अजस्र झाडं, त्यांचे उंच जाड बुंधे, समोर लांबवर पसरलेलं शेवाळी मैदान, आजूबाजूला सतत फिरणारी असंख्य माणसं.

तिचे डोळे भरून आले. आपण किती क्षुद्र आहोत. आपण अस्तित्वाच्या कुठल्या लांबवरच्या टोकाला लटकलेला एक थेंब आहोत. असा थेंब, जो गळून जाईल क्षणात. एका ठसक्यासरशी नि ठेचेसरशी, श्वासाच्या एका थांबण्यासरशी!

तिचं तिलाच जाणवलं, स्वत:चं ताठ होत जाणारं शरीर. हात एकमेकांत घट्ट अडकून बसलेत. आपल्या स्वत:च्याच हातावर एवढी घट्ट पकड? जसं त्या दोन हातांनी एकमेकांना धरून ठेवलंय. जशी ती एकत्र येऊन आपली सदेहताच टिकवू पाहताहेत. ते एकत्र येऊन आपल्या अवयवांना आवळून उभी करताहेत.

आपण शरीरात एकत्रित राहायलाच हवं. आपले हात कणाकणांत फुटणारी, तुटणारी, तुटत जाणारी असहायता झाकू पाहताहेत. आपल्या मनाची, शरीराची असलेली एकसंधता फुटून जातेय. हे हात ते बांधताहेत.

आपली एकसंधता जपणाऱ्या हातांबद्दल तिला माया फुटली. हे दोन हात जगाला तोंड द्यायला वापरायचे आणि ते वापरायचे आहेत, आतून खळाळत उकळून बाहेर पडणाऱ्या ज्वालामुखीसारख्या भांडारांना दाबून ठेवायला.

तिला एकदम वाटलं, अनिरुद्ध म्हणतोय– 'तू जाऊ नकोस, थांब.'

या एका वाक्यासाठी तिनं कितीतरी वाक्यांचा भडिमार केला त्याच्यावर. तिनं टाकलेल्या विश्वासाचं काय? त्यानं तिला किमान एवढं तरी म्हणायचं– 'तू काळजी करू नकोस. मी आहे तुझ्यासाठी.' तिची गयावया करणारी मूर्ती तिला आठवली. रडत, पदर पसरीत तिनं त्याला किती विनवण्या केल्या असतील.

रडून रडून डोळे सुजले. प्रत्येक वाक्य सुरू करताना तिला आत्मविश्वास असायचा. पण वाक्य पुढं सरकल्यावर तिला जाणवायचं की, त्याचा चेहरा तटस्थ आहे. कडक आहे. न बधणारा आहे.

तसं सुरू होणारं वाक्य डोळ्यांतल्या पाण्याबरोबर डुचमळत डुचमळत, अडखळत बाहेर यायचं आणि शेवटचा सगळा भाग हुंदक्यात झाकून जायचा.

'आपण इथं मरण्यापूर्वी आलोत का? आपल्याला मरायचं आहे का?'

याची उत्तरं ती स्वत:शीच होकारार्थी देत होती.

'आपण मरणार. पण... आपल्या मरणाचं दु:ख इतरांना का व्हावं? आपल्या मागे आपल्या छोट्या अमोलचं काय होणार?'

आणि मग पुन्हा रडणं... 'आयुष्याला इतकी चिकटून बसलेय का मी? आपण यातून सुटलं पाहिजे.'

स्वत:ला एकत्र आणीत आणीत विसरून जायचं. पुन्हा पक्का विचार करण्याचा प्रयत्न करायचा. रडणं. ताठ होणं. स्वत:ला सावरण्याचा आत्मविश्वास

येत राहणं आणि असं होत असतानाच ती मनाशी निश्चय करायची...

'आता मी पण जाणार नाही परत त्याच्याकडे. पण मग मी कुठे जायचं? आईवडिलांकडे? नको. मिताकडे? धाकट्या बहिणीकडे? पण... कारण काय सांगायचं तिला? की स्वतंत्र घर घेऊ? पण परवडेल ते आपल्याला? आणि एकटी राहू? काय हरकत आहे?' तिला एकदम ऑफिसमधला प्रसंग आठवला.

सतीशला ती किती चांगलं समजत होती. त्याची आपली वेव्हलेंथ जुळते असं समजत होती. वयानं आपल्यापेक्षा लहान असलेल्या मुलाला आपण खरोखरच अनुभवानं, वयानं लहान समजून सल्ला दिला होता. त्याच्याबरोबर ती मोकळं वागत होती. अर्थात स्वत:च्या बंधनाची जाणीव ठेवून.

मग त्या दिवशी दुपारी चहाला नेऊन त्यानं तिचा हात हातात घेतला होता.

एक क्षणभर तिला कळलंही नव्हतं काय घडतंय ते. पण कळताच किती हादरून गेली होती ती. तरीही ती ओरडली नाही. त्याच्या अंगावर धावूनही गेली नाही की त्यांच्या तोंडातही मारली नाही.

नुसता हात हातातून काढून घेतला होता. घरी गेल्यावर साबण लावून दहादहा वेळा तिनं तो हात धुतला होता. जेव्हा जेव्हा तो हात काही काम करण्यासाठी पुढे आला होता, तेव्हा तेव्हा त्याच्याकडे एखाद्या अनोळखी इसमासारखं पाहात ती शहारत होती.

संध्याकाळी सगळे पांगल्यावर ती गच्चीवर एकटीच उभी असताना, तिचे डोळे पाण्यानं भरून वाहिले होते.

जगाचे एवढे अनुभव घेऊनही, अजून कितीतरी अनुभव राहून जातात.

स्वत:च्याच हाताचे तळवे पाहताना हळवं होत ती बुडत्या सूर्याकडे एकटक पाहत होती.

सगळं संपलं, आता झाला एवढा त्रास पुरे म्हणत म्हणत पुढच्या त्रासाला सामोरं जातच राहावं लागायचं. या सूर्यासारखं अंधाराच्या गर्तेत जाईपर्यंत, फिकट का होईना पण जगत राहायचं.

तिनं तो अनुभव आपल्या मनाच्या कप्प्यात ठेवून दिला होता.

आता तिथूनच हा दहाबारा वर्षांपूर्वीचा अनुभव हलकेच वर आला.

तिथं फिकट प्रकाशात मंद सुरामधलं संगीत नव्हतं. आजूबाजूला बागेतली फुलं नव्हती. वाड्याच्या मागच्या बाजूला असलेल्या गल्लीत तिला सुनील भेटला होता. त्यानं तिचा हात हलकेच हातात घेतला होता.

त्या वेळी तिथं कित्येक फुलांची झाडं फुलली होती. सुवासांचे धबधबे कोसळले होते. आजूबाजूची जुनी घरं, पडक्या भिंती, सगळं सगळं नाहीसं होऊन एका वेगळ्या प्रकाशानं आसमंत न्हाऊन निघाला होता.

पुढची दोन-तीन वर्षं त्या प्रकाशाच्या वलयातून बाहेर आली नव्हती. गिरक्या घेत, आनंदानं त्या वलयांनी तिला स्वत:भोवती ओढून घेतलं होतं.

गावाबाहेरच्या तळ्याच्या काठावरच्या झाडीत त्याला भेटताना, तिनं कधी स्वत:च्या भविष्याचा विचार केला नव्हता. जणू तिचं भविष्य सुनीलच्याच रूपानं तिनं मान्य केलं होतं. एका बेफाम धुंद आयुष्यात ती इतकी गुरफटली होती की, या पुढे नवीन काही घडणार नव्हतं. याच्या मागच्या आयुष्याला काही अर्थच नव्हता.

सुनील, सतीश... आणि अनिरुद्ध.

तिला वाटलं, सगळे पुरुषच सारखेच!

तिनं मैत्रिणींबरोबर फेर धरला होता. सरूबाई गावाकडचं गाणं म्हणत होती. पोरी हातात हात धरून मागे पुढे झुलत झुलत गोल गोल फिरत होत्या.

सई गं सई,
तू मांड गं चूल, बयो मांड गं चूऽऽल.
तू मांड गं चूल...
तू सांभाळ गं झूल
ही झूल लई मोलाची– बाई मोलाची
तू बयो गं माझी तोलाची...
तू गा गं मैनेचं गाणं
तू झेल गं मोत्याचे दाणे
हे मोती लई मोलाचे
हे पदराच्या गाठी बांधायचे...

गाणं संपायचं, संपता संपता फेर तुटायचा.

परकऱ्या पोरी आता
गाठ मार पक्की–
गाठ मार पक्की
गाठ मार पक्की
आता फिरव चक्की–

असं करत करत फुगड्यांसाठी हात गुंफायच्या आणि दोन दोनच्या जोड्या

फुगडीच्या रिंगणात भोवळ येईतो फुगड्या खेळायच्या.

ते मोलाचे मोती आता ती खरोखरच जाणत होती. त्या गाठी नीट बांधत ती चक्रात भोवंडत होती.

ही फिरत कधी थांबली? तिलाही कळलं नाही.

तिच्या आणि अनिरुद्धच्या जीवनात पुन्हा सुनील आला तर...

अनिरुद्ध नवरा.

तिला वाटलं, आपणही कमाल पोरगी असलो पाहिजेत. ज्या वेळी सुनील परदेशी निघून गेला अन् अनिरुद्धनं मागणी घातली, तेव्हा आपण तयार कसे झालो या लग्नाला? नाकारलं का नाही?

सुनीलनं काहीच कळवलं नाही म्हणून?

अनिरुद्ध सुंदर, श्रीमंत होता म्हणून?

बाकीच्या मैत्रिणींची लग्न झाली म्हणून?

समोर राहायला आलेल्या सप्तेंचा प्रमोद आवडायला लागला होता म्हणून?

नकळत तिचा हात तिच्या ओटीपाटावरून सरकला.

अनिरुद्धच्या आयुष्यात ती एकदम कशी रमली?

हे स्त्री, तू अगाध...

तुझं मन न कळणारं,

अनिश्चित.

मग आज मला का दुःख व्हावं? सुनीलला पहिल्यांदा पाहताना किती अपसेट झालो होतो आपण.

पण सगळं किती सहज झालं होतं. अशाच बेंचवर तो बसलेला असताना, किती सहज सगळ्यांना मागं टाकून आपण चालत त्याच्यापर्यंत गेलो. त्या वेळी वाटलं ही झाडं, हे आकाश, ही हवा, हा प्रकाश हे आजूबाजूला काही नाहीच.

फक्त एका प्रकाशाच्या वलयात ते आहे आणि दुसरं वलय आत्यंतिक ओढीनं ओढलं जातंय. त्याच्या दिशेला.

त्या पाऊस पडल्या कोरड्या मातीवर कितीतरी छोटी मातीचीच फुलं होती. त्या फुलांवर त्याच्या पायाचे ठसे होते. अवेळी येणाऱ्या वळवाच्या पावसानं फुलं फुलत नाहीत, वठलेली झाडं पालवत नाहीत, फक्त कलंदर वाऱ्याच्या पावलांनी एक धुळवड उठते; हे कसं कळलं नाही?

इतिहासाची पानं गळून पडतात वर्तमानात. ती वेचायची नसतात. पडून राहू द्यायची असतात. कधी काळी वाचून त्या काळात जाण्याची धडपड करण्यासाठी.

तिला अनिरुद्ध दूर घेऊन गेला होता. त्याच्याजवळ सगळं कबूल करताना ती अक्षरशः फाटून तुटून गेली होती.

हे कुठलं समाजशास्त्र? हा कुठला समाज?

ही कुठली बंधनं? कोणी घातलेली?

पाळणारे कोण?? अन् कशासाठी?

चार रात्री तिनं जागून काढल्या होत्या. मन उद्विग्न, उद्ध्वस्त झालं होतं. सगळीकडेच पाहताना तिनं स्वत:ला कितीतरी योजने दूर ठेवलं होतं.

हातातलं काम करताना, मुलाला भरवताना, आलेल्यांशी हसून बोलताना, पार्टीमध्ये फिरताना, सासूपुढे वाकताना, ती तीच होती. अजून सगळ्यांसाठी... फक्त ती तिचीच नव्हती.

तिच्या लेखक भावानं तिला स्वत:चं नाटक वाचून दाखवलं. त्याचं मुख्य पात्र स्त्री होती. स्वत:च्या शोधात निघालेली. स्वयंभू- उत्साही. जगाशी लढायला निघालेली. स्वत:ची ओळख पटवून घेणारी. स्वत:ची अस्मिता जपणारी. दीड तास ती ते ऐकत होती. खाली मान घालून.

त्या नायिकेला सतीशसारखे हात धरणारे भेटले नव्हते. तिच्यावर कुलशीलाची बंधनं घातली गेली नव्हती. तिला काळे-पांढरे दात दाखविणारी लंपट माणसं भेटली नव्हती. तिच्यासाठी तिच्या लेखक भावानं नसलेला समाज उभा केला होता. खोटा. त्या नायिकेला प्रकाशही खोटाच दाखविला होता. तिला सांभाळायला दिलेली झूल तिनं झुगारली तर ती गाठीला मोती बांधणार होती.

तिला वाटलं- नायिकेला सांगावं की, एक उंबरठा घातलाय मध्ये. अलीकडे थांबशील तर मोती घेशील भरून पदरात, जे दाखवता येत नाहीत कुठंच!

आपला जगापासून चोरून ठेवलेला खजिना एकांतात आपला आपणच लुटायचा.

ओल्या, सुजल्या डोळ्यांनी गाठी पक्क्या करून लपवून ठेवायच्या. नाटक ऐकून झाल्यावर तिनं फक्त एवढंच विचारलं, कोरड्या डोळ्यांनी-

"तू तिला घराबाहेर तर पाठवतोस, पण तिला कुठं जायला जागा आहे? तिनं काय करायचं? तिची बंधनं? तिची मनानं झालेली गुंतवणूक कशी तोडणार?"

भावाने खांदे उडवले.

"स्त्रीची प्रतिमा मी जागं करायचं ठरवलंय !"

तिनं आपल्या दुबळ्या हातांनी टाळ्या वाजवल्या. जे जागंच आहे, ते जागं करतो आहे! ब्रेव्हो...!

कुढून कुढून सजलेल्या दु:खांना ठणका असतो.

पंचपीर तिला म्हणाले-

"आमच्या आश्रमात विलक्षण शांतता आहे. इथे मानसिक शांतता निश्चित मिळते."

त्या वयोवृद्ध पांढऱ्या पडलेल्या धार्मिक म्हाताऱ्याला ती म्हणाली -

"कसं जगावं?"

"दु:ख पचवणं ही फार मोठी साधना आहे. आपण सगळेच नियतीची प्यादी. आपली भवितव्य ठरलेली. पण फुटून बाहेर पडण्यापेक्षा ते आपल्याला मिळालेलं आव्हान आहे असं समजून ते घ्यावं, लढून, झुंज देऊन दोन हात करावेत."

तिनं खाली मान घातली, ओठ चावला. पुन्हा दु:खांना आमंत्रित जावं. काळ्या रात्रींना संगतीला घ्यावं, उंबरठ्याला तुकवावी मान. त्यातून मार्ग हाच!

अस्मिता वगैरे झूठ. सगळे समाजातले सतीश अंगावर जाळं पडावं तसे पडतील. लिबलिबीत लाळ घोटत, तिरस्कारानं पेटून उठावेत असे स्पर्श करतील. आपल्या पुढचं ताटच खरं...!

जन्म दु:खासाठी.

ती स्वत:च स्वत:ला म्हणाली–

"ऊठ माय ऊठ. तू रेल्वे येण्यापूर्वी झोपून आलेली आहेस त्या गार रुळांवरून. तेव्हा गाडी नव्हती आली, आला होता झिंगलेला माणूस. भिऊन घरी येईपर्यंत तुला स्वत:ला सावरता नव्हतं आलं. तू झोपेचं औषध घेतलं होतंस, मरण्यासाठी. साधारण शंभरएक जणांना शेवटची पत्रं लिहिता लिहिता सकाळ झाली होती. दुसऱ्या-तिसऱ्या दिवशी फक्त उलट्यांनी हैराण तू. पंधरा दिवसांसाठी दवाखान्यात गेली होतीस. परत येण्यासाठी."

इथं. या बेंचवर–

आता ऊठ.

तिचा गळा कुणीतरी दाबून धरल्यासारखा. आवळत जाणारा.

लांब, काळ्या झाडांच्या एकसंध रेषा– त्यामधून जाताना, तिच्या पायांना ओला चिखल लागत होता. वरून मिता वाकून बघत होती. हसरी, निरागस, इतकी लहान? अशी बघत होती, एखाद्या खोल विवरात बघतेय.

अंधाऱ्या मातीच्या भिंती! तिला आठवतंय, जणू इथे अंधारात पोरी झोके खेळताहेत. सरूबाय कुटायला बसलीय... ओल्या जमिनीच्या पट्ट्याला लागून नुसती पानं पडली आहेत. सडकी. सडत चाललेली. वर फटीतून एक उजेड दिसतोय.

तळमळत तळमळत उलघाल होतेय. पाय खुडतेय ती –

शेजारी काळेभोर अणकुचीदार हात आहेत. चेहरा नसलेला 'तो' बसलाय.

त्याला फक्त दात आहेत. मोठे. त्याहून मोठे. सरसर उंचच वाढलेली झाडं. ज्यांच्या टोकाला लखलखते सूर्य लटकलेले आहेत. कित्येक हातांच्या पंजांची

झाकून टाकलेत ते सूर्य. हातांच्याच सावल्या झाल्यात!

खाली ओलसर मातीवर ती बसलीय... सरुबाई शेजारी. गोष्ट सांगतेय–
कापूसकोंड्याची गोष्ट सांगू का?

''हो काय म्हणतेस? कापूसकोंड्याची गोष्ट सांगू का?''

''मान काय हलवतेस? कापूसकोंड्याची गोष्ट सांगू का?''

''नुसती काय हसतेस? कापूसकोंड्याची गोष्ट सांगू का?''

''नको काय म्हणतेस? कापूसकोंड्याची गोष्ट सांगू का?''

अनंत अंतर दूर...

एकच एक सलग पट्टा. एकातून दुसऱ्यात उलगडत गेलेला.

कापूसकोंड्याचा.

ती– ती गोष्ट.

न संपलेली.

एका मोठ्या प्रश्नचिन्हाची.

अनुत्तरित.

प्रत्येक उत्तराला प्रश्न बनवणारी...

१

कांचनमृग

ललितानं खणाचं परकरपोलकं घातलं होतं. पायात तोरड्या, हातात खळाळत्या बांगड्या. तिनं लांबसडक केसांची वेणी घातली होती. त्यात मोगऱ्याचा भरगच्च गजरा माळला होता. हातात मोगऱ्याच्या कळ्यांनी गच्च भरलेली परडी घेऊन ती निघाली तेव्हा तिच्या आईला वाटलं– अशी भरल्या मनानं ही पोरगी सासरी जाणार!

'नीट दे गो फुलं आणि पोह्याचे पापड ने बरोबर. शिरीषच्या आजोबांना खावेसे वाटले होते.'

ललितानं स्वत:च्या नादातच हो म्हटलं. पायांतली पैंजणं किणकिणत ती शिरीषच्या घराच्या कुंपणाजवळ थांबली. घुटमळली. तिला पाहताच अंगणातले आजोबा 'येगो' म्हणाले.

''सुलू– ए– सुलूऽ'' आईनं मारलेली ही बहुधा आठवी, नववी हाक असेल. सुलूच्या कानावरून वाहून गेली. ती ललिताबरोबर शिरीषच्या अंगणात होती. शिरीष खिडकीतून पाहत होता. नवी नवेलीसारखी दिसणारी ललिता. त्याला पाहून लाजणार होती. गोरीमोरी होणार होती. फंटास्टिक.

तेवढ्यात तिच्या खोलीत आईच हजर झाली. ''इतक्या हाका मारतेय मघापासून, तुला ऐकू येत नाही?'' सुलू फक्त आळसत आईकडे पाहात होती.

''काय हा आळस! तीन तीन तास डोळ्यांची चिपाडं करत वाचत बसायचं. ऊऽठ.''

''उठते ना...'' ती न उठताच म्हणाली. आता ललिता बहुधा शिरीषच्या घरात पोहोचली असणार.

''कसची उठणार तू? तुझ्या पुढचं पुस्तक उचललं तर तू उठणार.''

आई पुस्तक उचलेल या भीतीनं सुलू ताडकन उठली. उठताना पुस्तक झटकन उचलून घेतलं आणि हातात धरून ठेवलं. मग आईकडे प्रश्नार्थक पाहत विचारलं. ''काय काम असतं ग तुझं? सारखं माझ्या नावानं ओरडतेस. आता

तर आले मी शाळेतून. तू चहासुद्धा दिला नाहीस.''

''तुला येऊन चांगले दोन तास झालेत आणि चहा ठेवून ठेवून त्याचा बर्फ झालाय. तो घ्या हेच सांगायला आलीये. नंतर धोब्याकडे जाऊन ये. घरी बोलावलंय म्हणावं. या आठवड्यात आलाच नाही.''

''अंऽ. ठीक आहे. धोब्याकडेच जायचं ना, मग मी थोड्या वेळाने जाईन.'' आई पुढं सरकली तसं सुलूनं ओळखलं, शेवटची स्टेप. ती हाताखालून निसटली ती थेट स्वयंपाकघरात.

स्वयंपाकघरात नीरामावशी आणि नीला होत्या. नीला तिच्यापेक्षा पाच वर्षांनी मोठी आणि नीरामावशी तारुण्यात वैधव्य येऊन इथे आलेली. त्या दोघींनीही एकदम सुलूकडे असं पाहिलं की सुलूच्या डोक्यातली घुंगरं वाजायची एकदम थांबली.

''बसला का धपाटा?'' नीला.

''शाळेतून आल्या आल्या आपलं आवरून घ्यावं. म्हणजे जायलाही सोपं पडतं. पण या पोरीचं सगळं और आहे.'' मावशी

''मी काही केलेलं नाहीये.'' सुलू फुरंगटत म्हणाली.

''ऊठसूट काय वाचतेस गं?'' नीलू.

''इतकी पुस्तकं वाचणं चांगलं नाही या वयात. सगळं शिकून घ्यायचं वय. त्यात म्हाताऱ्यांसारखी वाचत बसते.''

''चष्मा लागेल हं.'' नीलू म्हणाली. ती कॉलेजात जात असल्यानं तिनं अंगी प्रौढपणा बाळगून घेतला होता. दोघींच्या भांडाभांडीत अर्थात तो गळून जायचा.

कसाबसा चहा घेऊन सुलू तिथून निसटली. आई स्वयंपाकघरात येत ओरडली,

''कपडे बदलून अभ्यासाला बस गं.''

आत येत प्रभाबाई म्हणाल्या, ''अभ्यास नको. नखरे पाहा. त्या पुस्तकांनी तिचं डोकं फिरलंय. कपाळावर बटा काढू नकोस म्हणून दहा वेळा बजावलंय, पण ऐकणं नाही. कंबर हलवत काय चालते. काय धड दिसतं काय की.''

नीरा शांतपणे म्हणाली, ''हे वयच असं असतं.''

''पण नीलाचा असा त्रास नाही झाला.'' प्रभाबाई म्हणाल्या.

तेवढ्यात त्यांच्या लक्षात आलं की दाराला टेकून एकटक नीला बाहेरच्या अंगणाकडं बघतेय.

''नीला,'' त्यांनी हाक मारली. तंद्री भंगल्यासारखी नीला वळली.

''जा, बाहेरच्या खोलीत बस जा.''

नीला गेली हे पाहून नीरामावशीला त्या म्हणाल्या–

"आपल्या वेळी हे असं नव्हतं बाई. या दोन पोरी म्हणजे माझ्या गळ्याला तात आहे. त्यांना बघायला नको. म्हणायला गेलं तर त्या लहान आहेत म्हणून झटकून टाकायचं. सगळं मेलं बायकांच्या नशिबी."

"जाऊ दे गं, तू फार काळजी करतेस." नीरा म्हणाली.

"हं, जाऊ तर द्यायचंच आहे!" म्हणत प्रभाबाई सरकल्या.

शाळेत सुलूच्या डोक्यातून ललिता आणि शिरीष जात नव्हते. सायन्सच्या पुस्तकात ठेवून तिनं कादंबरी वाचून काढली होती. दोन-चार वेळा आईनं आणि नीरामावशीनं तिच्या जवळून चकरा मारल्या तरी सफाईदारपणे तिनं पुस्तक झाकून घेतलं होतं.

रात्री स्वप्नात तिला मोठमोठाले बंगले, त्यांच्या भोवतालीच्या बागा, लांबलचक मोटारी, फुलांचे ताटवे, रुबाबदार शिरीष, त्याची उच्चपदस्थ नोकरी यांची स्वप्नं पडत होती.

सकाळी तिला उठावंसं वाटेना. हॉलमध्ये ती, नीरामावशी आणि नीलाची अंथरुणं. हॉल म्हणायचा– साधारण बारा बाय दहाची खोली. साड्यांचे तयार केलेले पडदे. जुन्या खुर्च्यांवर सतरंजीचे चौकोनी तुकडे शिवून टाकलेले. कित्येक दिवसांत खुर्च्यांना, टेबलाला पॉलिश नाही.

उठल्यावर सुलूला रोजच वाटायचं, आपण उठायलाच नको होतं. स्वप्न किती सुंदर होतं. गालिचे होते, मऊ सोफे, मखमलीच्या उशा. पण उठणं भाग. मग उठून स्वयंपाकघरात जाणं. बाथरूम-संडास बाहेर. रेल्वेसारख्या तीन सलग खोल्या. स्वयंपाकघरात जुनी, तीन कमी-जास्त उंचीची कपाटं सलग ठेवलेली. त्याला टेकून बसून सकाळचा चहा होणार.

सुलूला सिनेमा खूप आवडायचा. अगदी गरीब हिरॉइन तर खूप गरीब असायची, पण नोकरी करणारी, लहान भावाला किंवा बहिणीला सांभाळणारी, उत्तम स्टार्चचे कपडे वापरणारी हिरॉइन किती सुंदर असायची. चांगल्या घरात राहायची. आपल्या घराची स्थिती पाहिल्यावर सुलू खट्टू व्हायची. पण सिनेमातल्या सारखं आपल्याकडेही कुणीतरी येऊन या सगळ्यांचा कायापालट करेल असं तिला वाटायचं.

दहावीतली माणिक तिची खास मैत्रीण होती. दहा मिनिटांच्या सुटीतही ती माणिककडे जायची. तिची सगळी रहस्यं माणिकला माहिती असायची. माणिक तिला कधी शाबासकी द्यायची, कधी रागवायची, कधी समजूत घालायची. समजावून सांगायची. वास्तविक नीलापेक्षा लहान असूनही थोडी मैत्रीण, थोडी मोठी बहीण असं ती वागायची.

मागच्या वर्षी जेव्हा वर्गात मुलीमुलींमध्ये चर्चा निघाली, त्या वेळी सुलूनं

पाहिलं की, श्रीमंतांच्या मुली तावातावानं त्यांचे वडील काय करतात हे सांगत होत्या. ज्यांचे वडील शिक्षणात पुढे होते त्या त्यांचा अभिमान दाखवत होत्या. तिच्यासारख्या दोघी-चौघी असतील, त्या गप्प बसून हे ऐकत होत्या. शेवटी सुलूवर जेव्हा पाळी आली तेव्हा तिनं नेटानं खोटंच सांगितलं की माझे बाबा मोठे ऑफिसर आहेत. त्यांचं खूप शिक्षण झालंय आणि त्यांना खूप पगार आहे.

तिच्या मैत्रिणीनं विचारलं, "त्यांचं शिक्षण किती?"

मात्र ती गडबडली. तिचं तिला ठरवता येईना, नक्की किती सांगावं? मैत्रिणी गप्प झाल्या. पण सगळं समजल्यासारख्या. मग टिंगल करीत हसल्या. त्या दिवशी ती माणिकजवळ जाऊन खूप रडली. ती गोष्ट पचवणं तिला जड झालं होतं. त्यामुळे कथा कादंबऱ्यांतले, सिनेमांतले श्रीमंत, शिकलेले आईवडील ही गोष्ट ती पूर्णपणे स्वीकारू शकत नव्हती.

एके दिवशी सुलू जेवणाच्या सुटीत माणिककडे गेली. डबा खाल्ल्यावर त्या दोघीही दुसऱ्या चिंचेच्या झाडाखाली जाऊन बसल्या. माणिकलाही तिच्या वर्गातल्या मुली चिडवायच्या. एवढ्याशा पोरीबरोबर काय मैत्री करते म्हणायच्या. नंतर त्या दोघींनीही 'त्या' एकमेकींच्या बहिणी आहेत असं ठरवून सांगितलं, त्या वेळेपासून हा त्रास चुकला. लांब असलेली ही चिंच त्यांच्या जिवाभावाची. तिथे दोघी वर्गात, घरी काय काय झालं ते एकमेकींना सांगायच्या. आज सुलू बोलेना तसं माणिक म्हणाली, "काय झालंय गं तुला? आज वर्गात बोलणी खाल्ली का?'

सुलूनं 'नाही' म्हणून मान हलवली.

"घरी कुणी रागावलं का? मारलं का?"

पुन्हा नकार.

"वर्गात भांडणं झाली का कुणाशी?"

"अंहं!"

"त्या दिवशीसारखी कुणी टिंगल केली का?"

"नाही."

"मग काय झालंय ?"

सुलूनं एकदा मान खाली घातली. हनुवटीवर बोट टेकवून विचार केल्यासारखं केलं. सांगावं, की सांगू नये, असं तिचं झालं. तसं माणिक म्हणाली,

"अगं, सांग काय झालं ते. घुम्यासारखी अशी बसू नकोस. नाही तर मी चालले खेळायला."

सुलूनं वर पाहिलं तेव्हा तिचा चेहरा गोरामोरा झाला होता. लाल झाला होता.

"तू कुणाला सांगणार नाहीस ना?"

माणिकनं आश्वासन दिलं, ''नाही.''

''मी प्रेमात पडलेय.''

''काऽय?'' माणिक सात फूट उडाली. मग एकदम जोरात हसायला लागली. सुलू रडायला टेकली. ते पाहता माणिक थांबली. सुलूच्या पाठीवर हात टेकवून तिनं हळू आवाजात विचारलं, ''कुणाच्या?''

''दिलीप भाटियाच्या.''

हे सांगताना सुलू लाजली. तिच्यासमोर लाजणारी ललिता उभी होती. दोन्ही हातांनी तिनं चेहरा झाकून घेतला. तिनं आपलं लाजणं संपवलं. वर पाहिलं तेव्हा माणिक तिच्याकडे अगदी गंभीर होऊन पाहत होती.

माणिक काही बोलत नाही हे पाहिल्यावर सुलू मनातनं गडबडली. पण तसं न दाखवता म्हणाली, ''तू कुणाला सांगू नकोस हं.''

माणिक म्हणाली, ''तो तुला काही म्हणाला का? तू त्याच्याशी कधी बोललीस?''

''मी बोलले नाही. खरेदी करताना त्याला नुसतं पाहिलं...''

''कोण आहे हा मुलगा?''

''आमच्या घराजवळ त्याचं दुकान आहे.''

''दुकानदार?''

''अगं, पण खूप छान आहे. मला चॉकलेट्स देतो. मी खूप खरेदी करते आणि आमच्या जवळच राहतो.''

माणिक म्हणाली, ''तू अगदी गाढव आहेस. चॉकलेट दिल्यानं तो प्रेम करतोय असं कोणी सांगितलं? आणि तू अजून शाळेत आहेस. असं करू नकोस. कुणाला हे सांगू नकोस. माझ्यापाशी तारे तोडले तेवढे पुरे.'' सुलूनं नंतर अर्थातच ही गोष्ट स्वत:कडे ठेवली. पण कुठल्याही खरेदीसाठी ती तत्पर झाली. तिच्यामधला हा बदल लक्षणीय होता.

गोरा-गोमटा, तगडा, उंच दिलीप तिच्या डोळ्यांसमोरून जायचा नाही. तासन्तास ती पुस्तक समोर ठेवून बसून राहायची. दर वेळी कुठल्या कादंबरीत कुठली नायिका अशी प्रसंगात कशी वागत असते, हे तिला ठाऊक होतं...

खरं तर कधी तिला तसं बसून राहणं जमायचं नाही. सारखं बाहेर जाऊन खेळावंसं वाटायचं किंवा वाचायला घेतलेली कादंबरी पूर्ण वाचण्याची इच्छा व्हायची. पण प्रेमात पडलेल्या नायिकेचं कशातही लक्ष लागत नसतं, हे वाक्य तिला पाठ होतं. अशा स्थितीत स्वत: प्रेमात पडलेलं असताना ती काही वाचणं शक्य नव्हतं. कुठे लक्ष देणं शक्य नव्हतं.

हल्ली ती माणिकला भेटत नव्हती. दिवसातून दोन-चार वेळेला भाटियाच्या

दुकानावरून चकरा मारीत होती. अभ्यास जवळजवळ सुटला होता. विरहगीतं, प्रेमगीतं ती कॅसेट लावून ऐकत होती. गुंतत होती. क्षणात त्या गाण्यातली गायिका बनत होती. आर्त होत होती.

एके दिवशी मागच्या अंगणातल्या पायऱ्यांवर ती बसलेली असताना नीला हळूच येऊन तिच्याजवळ बसली. 'संध्याकाळची वेळ. सुटलेली हवा. कडूलिंबाच्या फुलांचा कडवट पण हवाहवास वाटणारा वास. निवांत मन. राधिकेच्या मनाची घालमेल होत होती.'

कुठल्याशा कादंबरीतली वाक्यं तिनं त्या प्रसंगाशी जोडून घेतली. नीला शेजारी बसल्याचं तिच्या लवकर लक्षात आलं नाही. जरा वेळानं लक्षात आल्यावर नीला नुसतीच गप्प बसलेली पाहून ती घोटाळली. म्हणाली –

"तू कधी येऊन बसलीस?"

"झाली दोन मिनिटं. तुझं लक्ष नव्हतं."

नुसताच लांब सुस्कारा टाकून सुलू गप्प बसली.

"काय झालं गं?"

"कशाला लक्ष लागत नाही." आवाज व्यथित करीत सुलू म्हणाली.

तिच्याकडे बघत तसाच सुस्कारा टाकीत नीला म्हणाली –

"माझंही लक्षत लागत नाही कशात. सगळंच नको वाटतंय. दूर कुठे तरी निघून जावंसं वाटतंय."

सुलू आतून एकदम सतर्क झाली.

"तुला असं कशामुळे वाटतं?"

सांगू का नको असं करीत नीला म्हणाली,

"देवाशपथ नाही."

"मी प्रेमात पडलेय!"

"काऽय?"

"सुलू, तू म्हणाली आहेस की तू कुणाला सांगणार नाहीस."

सुलूनं मान हलवली.

"कुणाच्या?"

"आपल्या जवळ ते घर आहे ना, त्याच्या."

"त्या घराच्या?"

"वेडाबाई, घराच्या नाही. घरातल्याच्या!" सुलूनं घराकडे पाहिलं.

"दिलीप भाटिया?"

काय होतंय हे तिला कळलंच नाही. विश्वास पक्का करण्यासाठी ती म्हणाली,

"ते म्हणजे कोणतं घर?"

"दिलीप गं!"

तिच्या डोळ्यांसमोर अंधारी आली. सगळं जग, आजूबाजूची झाडं, वस्ती गरगर फिरायला लागली. वाक्यांनी सुलूभोवती घेरा धरला. नीला केव्हाच उठून गेली.

दुसऱ्या दिवशी सकाळी चहाच्या वेळेला प्रभाबाई आल्या. बाबांनी नीलाला फक्त फाडून खायचं बाकी ठेवलं. भयंकर चिडलेली आई तिनं पहिल्यांदा पाहिली. ते रागानं बोलत असताना सुलूला कळलं की, त्या जे बोलत होत्या ते नीरामावशीनं ऐकलं होतं अन् प्रभाबाईंना सांगितलं होतं. सुलूच्या मनात नीरा मावशीविरुद्ध एक गाठ पक्की होत होती.

नंतर ती माणिकला चिंचेच्या झाडाखाली भेटली. माणिक अलिप्त झाली होती. पण सगळं सांगितल्यावर सुलूला वाटलं होतं की आपण धाय मोकलून रडणार. रात्रभर तिला झोप आलेली नव्हती.

पण सांगून संपल्यावर तिला रडू आलंच नाही. फक्त चेहरा पाहून ती माणिकच्या अपेक्षित शांततेची वाट पाहत राहिली. 'तिला रडू फुटत नव्हतं! तिचा देह ताठ झाला होता. अतीव दु:खानं ती दगडासारखी झाली होती. सगळ्यांचं बोलणं तिच्या कानावरून जात होतं. पण जे हृदय ती त्याला देऊन बसली होती, ते त्याच्या निघून जाण्यानं पडक्या, भयाण वास्तूसारखं उजाड पडलं होतं.'

माणिक काय बोलत होती ते तिलाच कळत नव्हतं. ती पुन्हा मजकुराच्या फेऱ्यात गेली होती.

पण एक चांगलं झालं होतं. सुलू पुन्हा अभ्यासाला लागली होती. छोट्याशा का होईना, डोंगरावरून कोसळणं म्हणजे काय ते जाणून घेऊन. त्या नंतरच्या दोन वर्षांत दिलीप भाटिया, त्याचं दुकान आणि घर याकडे रागाने पाहणं, नीरा मावशीचा राग करणं, नीलावर बारीक नजर ठेवणं यात गेली. दुसऱ्या वर्षाच्या शेवटी शेवटी ती 'दिलीप भाटिया' प्रकरण जवळ जवळ विसरून गेली. कॉलेजच्या वातावरणाशी रुळत गेली. नवीन जग, नवीन अनुभव, सगळंच वेगळं. खऱ्या अर्थानं तिनं जे जे वाचलं होतं तसंच दिसणार, तसंच वाटणार.

तिला स्वत:चंच रूप दिसायचं. प्रत्येक कादंबरीची, नाटकाची तीच नायिका असायची, प्रत्येक कवितेची ओढ तिच्याचसाठी गुंतलेली असायची. त्या नायिकांच्या सुखदु:खात ती बुडून जायची. दु:खाचे कढ पचवायची. सुखात न्हाऊन निघायची. नवीन अनुभव घ्यायची.

सुलू सतत नवीन अनुभवांना सामोरी जायची.

वर्गात बसलेली असताना अचानक उघड्या खिडकीतून भुंगा आला. दुपारची गार वेळ. पाऊस पडून गेलेला. तो भुंगा तिच्याच भोवती फिरू लागला. शिकवत असलेले सातव सर म्हणाले, "मिस सुलभा, भुंग्याला तुमच्यातच इंटरेस्ट दिसतोय. नाहीतरी भुंगे फुलाजवळच गुंजारव करतात. शकुंतलेसारखा काही कुणाला निरोप द्यायचा असेल तर देऊन टाका."

ते हसले. मुलं-मुली हसल्या. सुलू लाजून चूर झाली. तेव्हापासून पुन्हा एकदा दुसरं पर्व सुरू झालं. कॉलेजात तिला आणि सातवला दुष्यंत-शकुंतला म्हणून चिडवू लागले आणि आश्चर्य म्हणजे तिला ते आवडूही लागलं. दिसायला साधारण असणारे, तिशीतले सातव तिच्या स्वप्नातही येऊ-जाऊ लागले.

घरी बोलताना सातव सरांचा उल्लेख आवर्जून होऊ लागला.

कुठूनतरी ही बातमी घरापर्यंत पोहोचली. तिला घरात धारेवर धरलं गेलं. तसं खरं काहीच नसलेल्या प्रेमापायी तिला वाटेल तितकी बोलणी खावी लागली. तसा ती कुणालाच दोष देत नव्हती. मनात काही तरी घट्ट घडत चाललंय एवढंच कळत होतं. मनातून तिनं सातवसरांना एकदम ॲक्सेप्ट करून टाकलं. त्यांच्या वाईट शिकवण्याला, बऱ्या दिसण्याला, तसंच वाईट मॅनर्सना तिनं चांगुलपणात टाकलं. तिच्यातला बदल अर्थातच सगळ्यांना जाणवणारा असल्यानं कॉलेजात चर्चेला उधाण आलं. 'आपण हे मनावर घ्यायचं नाही' हे तिनं ठरवून टाकलेलं असल्यानं ती मनानं सातवाच्या आणखीनच जवळ गेली.

एके दिवशी दुपारी प्रॅक्टिकलच्या वेळेला सगळ्या मुलामुलींच्या घोळक्यात ती पण उभी होती. सगळेच बडबड करत होते. तीही बोलत होती. सातवसर डेमॉन्स्ट्रेशनला असताना, ती क्वीन फॉर दी टाइम बिईंग असल्यामुळे, कॉन्फिडंटली बोलत होती. फळ्यावर फिगर काढून झाल्यावर सातव मुलींकडे वळले. त्यांनी प्रयोग समजावून सांगायला सुरुवात केली, पण मुलांचा गलका थांबेना. त्यांनी दोन वेळेस 'सायलेन्स प्लीज' म्हणून पाहिलं. काही मुलं गप्प झाली. पण सर आपल्याला मुळीच रागावू शकणार नाहीत या कल्पनेत सुलूची बडबड थांबेना. तोंडावर हात ठेवून खुदुखुदु हसत ती बोलतच राहिली.

एकाएकी काय झालं कळलं नाही. विजेच्या वेगानं मोठा दगड डोक्यावर येऊन कोसळावं तसं झालं. "मिस सुलभा," सातव मोठ्या गडगडत्या आवाजात म्हणाले, "बिहेव युवरसेल्फ. तुम्ही स्वतःला काय समजताय? इतका आत्मविश्वास अभ्यासात दाखवा. तिथं तर बोंब आहे. परवाच्या टेस्टला एकूण किती मार्क आहेत?" त्यांचं रागाचं बोलणं ऐकून सुलूनं रडायला सुरुवात केली; परंतु तिच्या त्या रडण्याकडे दुर्लक्ष करीत सातव त्याच टोनमध्ये बोलत राहिले.

या प्रसंगानंतर सुलू तीन दिवस कॉलेजला फिरकली नाही. तू स्वतःला फार

हुशार, सुंदर समजतेस ना? स्वत:च्या प्रेमाचं हे फळ भोग. सगळ्यांसमोर तुझा झालेला अपमान, हे राजकन्ये, सोस आता. स्वत:च्या कैफात राहणं म्हणजे अज्ञानात राहणं. तुला खरं काय ते एकदा समजलं, हे चांगलं झालं. त्या अंधारातून आता तरी उजेडात ये. कदाचित क्षितिजावरचा नवा प्रकाश तुझी वाट पाहत असेल.

अशाच काही मजकुरात सुलू गुंतून गेली. या प्रकरणानंतर तिनं वर मान करून चालणंही सोडून दिलं. झालेल्या अपमानापेक्षा तिच्या मनात तिनं उभारलेलं एक चित्र भंगलं, याचं तिला अधिक दु:ख झालं. तिनं कितीतरी कल्पनांचे रंग भरले होते त्या चित्रात. अनेक पुस्तकांत काही गाण्यांच्या ओळी वाचून तिनंही रंगसंगती केलेली होती.

तिला वाटलं, हे जग आपण समजतो तसं नाही. या जगात अशा कितीतरी गोष्टी आहेत ज्या फक्त मानण्यासाठी असतात. घरात आईवडील, मोठी माणसं कानीकपाळी जे ओरडून सांगतात, ज्याची चर्चा करतात, त्या रिॲलिटीला, सत्यतेला वेगळ्याच पद्धतीनं सामोरं जायला पाहिजे. स्वप्नात दिसणाऱ्या गोष्टी, या फक्त पुस्तकातील पानं पिवळी पडेपर्यंत वाचायच्या आहेत. पण त्या वाचून सोडून द्यायच्या असतात हे तिनं जाणलं. पण मग हे लिहावंच का? आपल्याला या नसत्या गोष्टीत गुंतवायचं का? या प्रश्नांची उत्तरं सापडली नाहीत. कदाचित आजोबा म्हणत असलेलं मायावी, भासमय म्हणजेच आपण हे श्वास घेत असताना, जाणवत राहणारं आयुष्य आणि न दिसलेलं, अतीव सुखाचं, मृत्यूनंतरचं आयुष्य; खरं आयुष्य असंही असावं, असा विचार ती करू लागली.

त्याच सुमारास एक गोष्ट घडली. त्यांच्या कॉलेजमध्ये एक ग्रुप तयार झाला. नवं वाचणारा, नवीन पद्धतीनं विचार करणारा, जुन्यानव्यांचा तुलनात्मक पद्धतीनं विचार करणारा– निदान तसं त्यांचं घोषवाक्य तरी होतं. त्यातच तिची मिथिलाशी ओळख झाली. हुशार, सुरेख दिसणारी मिथिला तडफदार होती. रस्त्यानं चालताना ऐकू येणाऱ्या कॉमेंट्सना दाद देणारी नव्हती. आव्हानं स्वीकारून सगळ्याशी दोन हात करायला तयार होती.

सुलूच्या दृष्टीनं तिला एकदम काहीतरी नवीन गवसलं होतं. तिच्या स्वप्नांच्या आयुष्यापासून तिला दूर घेऊन येणारं.

ती कथाकादंबऱ्यांच्या गोतावळ्यातून बाहेर पडत असतानाच तिला मिथिलानं पुस्तक दिलं. 'एका बलवान शक्तिशाली मनाचं प्रदर्शन करणारं पुस्तक.' त्या वर्णनानं ती पुन्हा पुस्तकांच्या प्रेमात पडली. फक्त मार्ग बदलला.

मार्क्स, लेनिनसारखे विचारवंत, अनेक कर्तृत्ववान स्त्रियांची चरित्रं. स्वत:चं आयुष्य समाजाला, राष्ट्राला वाहून घेणाऱ्या स्त्रियांची चरित्रं. एकामागून एक

पुस्तकांच्या भेंडोळ्यात सुलू पुन्हा मनापासून गुरफटून गेली.

दरम्यान नीलाचं लग्न ठरलं. लग्नाच्या सगळ्याच विधींकडे आता सुलू वेगळ्या पद्धतीनं पाहू शकत होती. तिला जुनाट रीती मान्य नव्हत्या. निमूटपणे हुंडा देणारे वडील, वडिलांना आर्थिक अडचणीत टाकणारी नीला, सगळ्या प्रकारात हे योग्यच आहे हे सांगत राहणारी आई आणि पुन्हा पुढचे योग सगळे नशिबाचे असतात, हे पुन्हा पुन्हा सांगत उदास होत जाणारी तरुण विधवा नीरा मावशी, हे सगळं सुलूला पोकळ वाटत होतं.

यातच नीलाच्या लांबच्या दिरानं, साखरपुड्याच्या समारंभात सुलूला पाहून मागणी घातली. 'मी न बघितलेला मुलगा करणार नाही. त्याच्याशी बोलल्यावरच मी ठरवीन,' ही वाक्यं आता कुठल्याही पुस्तकाचा आधार न घेता सुलू धडाधडा सांगत होती. त्या वेळी सगळ्या राष्ट्रासाठी, समाजासाठी सती गेलेल्या, त्याग केलेल्या स्त्रियांची चरित्रं तिच्यासमोर होती.

आता आपल्या मैत्रिणींना न लाजता, संकोचता घरी आणीत होती. आपल्या मध्यमवर्गीय घराची ती आता लाज वाटून घेत नव्हती. त्या तीन खोल्या ती अभिमानानं दाखवीत होती. त्यांच्या कुत्सित हसण्याकडे ती थेट आभाळातून पाहिल्यासारखं पाहू शकत होती. आपल्या आईचं थोडंसं गावंढळ बोलणं ऐकताना, त्रस्त होऊन आता थांबव अशी खूण करत नव्हती.

वडिलांची पोस्ट पाहून त्यांना मिळणाऱ्या पगारापर्यंत ती निर्धोक, नि:शंक बोलू शकत होती.

तिच्या स्वत:च्याच दृष्टीनं ती अशा एका वाटेवर आली होती की, जी तिला तिच्या ध्येयाप्रत नेणार होती. घरात आई कुरकुरत होती. सुलू होकार देती तर नीलाच्या दिराशी लग्न करणं शक्य होतं. एका मंडपात, कमी खर्चात लग्न होणं शक्य होतं; परंतु सुलूनं ते ठामपणे नाकारलं होतं.

मांडव परतणीला नीला आली, ते नवऱ्याला आणि अभयला घेऊनच.

बऱ्यापैकी दिसणारा, कपडे, भांग, यांच्या साहाय्याने स्मार्ट दिसू शकणारा अभय चांगला होता. तो चांगला दिसू शकतो हे सुलूने मनोमन मान्य केलं होतं.

अभयच्या येण्याचं प्रयोजन तिला कळलं होतं. तो दीड वर्षासाठी जर्मनीला जाणारा होता. सुलूशी त्याला मोकळं बोलता यावं यासाठी घरातला प्रत्येक जण प्रयत्नशील होता. पण नेमकं सुलूला ते नकोच वाटत होतं.

ती त्याला चुकवत होती. त्याच्या विरुद्ध बाजूनं बोलत होती. त्याच्याशी वाद घालीत होती. पुरुष कसे अन्यायी, दुष्ट, क्रूर असतात हे त्याला सांगत होती. गंमत म्हणजे अभय हे सगळं ऐकून हसत होता.

त्याच्या हसण्यानं ती गोंधळून जात होती. तो आपल्याला विरोध करू

शकत नाही याचा अर्थ तो बुळा आहे, त्याच्यात बौद्धिक कुवत नाही असं सुलू ठरवीत होती.

"एवढा मोठा इंजिनिअर, तुला असलं बोलणं शोभत नाही." हे नीरामावशी सुलूला परोपरीनं सांगत होती.

शेवटी आई म्हणाली, "जळलं मेलं या कार्टीचं लक्षण; त्या पॅंटीतल्या पोरींच्यात राहून राहून अगदी बदलून गेलीय. अशानं काही होतं का? आता काय हात भुंडे करून समाजसेवा करायची आहे का?"

तिच्या त्या वैतागलेल्या बोलण्यानं सुलू गप्प झाली.

जाताना अभय जवळ आला. तिच्या हातात त्याने दोन सोनचाफ्याची फुलं ठेवली आणि 'येतो' म्हणून निरोप ठेवून निघून गेला.

नंतर नीरामावशी, प्रभाबाई आणि नीलानं सुलूचा बराच ब्रेनवॉश केला. जो अर्थातच निरर्थक ठरला.

वडिलांनी तिच्याबरोबर हा विषय एकदाच काढला. "तू काय करायचं ठरवलं आहेस? पोस्ट ग्रॅज्युएशन ठीक आहे. पण नंतर काय याचा विचार करायला पाहिजे. तू नाईटिंगेल, मदर टेरेसा व्हायचं ठरवलं असशील तर तेही ठीक आहे. पण विचार पक्का हवा, डळमळता नसावा. एखादं ध्येय समोर ठेवलं तर ते तडीला नेण्याचा आत्मविश्वास हवा. शक्ती हवी. हे खरंय की, असामान्य माणसं ही सामान्यांतूनच जन्माला येतात. पण त्यासाठी अढळ श्रद्धा पाहिजे."

शेवटी बोलताना हलकेच म्हणाले, "तसा अभय छान आहे. घर माहितीचं आहे. माणसंही माहितीची आहेत. तुझं काय ते तू ठरव. पण लक्षात ठेव, आपली कुवत आपल्याला जोखता आली पाहिजे."

त्यांच्या बोलण्याचा सुलू रात्रभर विचार करत होती.

अभयने दिलेली दोन सोनचाफ्याची फुलं तिनं कुणालाही नकळत जपून कवितेच्या पुस्तकात ठेवली होती.

कॉलेजमधल्या ग्रुपने जवळच्या खेडेगावी कॅम्प घ्यायचा ठरवला. त्या वेळी सुलू फुलून गेली. मिथिला आघाडीवर होती.

अतिशय उत्साहात ही मंडळी तिथं पोहोचली. प्रत्येकीनं चार-पाच घरं घ्यायची ठरवली. घरात जायचं, घरातल्या लोकांची माहिती घ्यायची. त्यांच्याकडे कोणी आजारी वगैरे असल्यास विचारायचं. सुलूपुढे एक नवं विश्व उलगडत होतं. आपण काहीतरी वेगळं करतोय असं वाटत होतं. तिथे असलेलं दारिद्र्य, अज्ञान पाहताना तिचा जीव कळवळत होता.

एका बसक्या खोलीच्या घरात तिनं एक मुलगी पाहिली. घरातल्या सगळ्यांनीच

जणू तिला घराचा एक भाग समजलेलं. चार बायका होत्या. ती मुलगी अंथरुणावर खिळून होती. तिच्याशी कुणी बोलत नव्हतं. सुलूची उत्कंठा वाढली. ती चार पावलांवर पडलेल्या मुलीपाशी चालत गेली. तिनं जणू सुलूला पाहिलंच नाही. तिच्यातून तिनं आरपार शून्यात पाहिलं, ती हसली नाही. बोलली नाही.

सुलूला जाणवलं, पाठीमागच्या बायका एकाएकी गप्प झाल्यात, ती वळली तशी एक म्हातारी तिला म्हणाली, ''ती पोरगी बोलायची नाही, तिला काहीसुद्धा कळत नाही.''

''कशामुळं झालंय? काही आजार झाला का?''

''हां बाय, मोठा आजार झालता.'' एवढं बोलून म्हातारी थांबली. सुलू नुसती बघत होती.

''सांग ना.'' ती आग्रहानं म्हणाली.

तशी म्हातारी सुस्कारा टाकून म्हणाली, ''अशा चित्तरकथा तुम्ही लई वाचल्या असतील. तुमचं काम झालं असेल तर जा बयो–''

सुलू उठली. पुन्हा थांबली. ती अंथरुणात पडलेली मुलगी पाहून तिचा पाय तिथून हलत नव्हता. ती थांबलेली पाहून म्हातारी म्हणाली,

''तुमचं लगीन झालंय का?''

''नाही.''

''काय करती गो, एवढी मोठी झालीस. माझ्या काळात असतीस तर आतापावेतो चार लेकरांची माय झाली असतीस.''

''शिक्षण घ्यावं आजी, मागच्या जुन्या काळातून आता बाहेर पडायला पाहिजे. स्वतःच्या पायावर उभं राहायला पाहिजे. आपण बायका काही कमी नाहीत. आपण एक मोठी शक्ती आहोत. तुम्ही शिकल्यासवरल्या नाहीत, त्यामुळे जग कसं आहे ते तुम्हाला कळलंच नाही. या झोपडीलाच तुम्ही जग समजून बसलात.'' जे जे म्हणून ऐकलं होतं, जे जे म्हणून वाचलं होतं ते ते सगळं सांगण्याची इच्छा नव्हती. तिच्या डोक्यात कित्येक पुस्तकांची भेंडोळी उलगडली जात होती. किती सांगू आणि किती नाही असं वाटूनही ती भेंडोळी फक्त तिच्या डोक्यात उलगडत राहिली. पण म्हातारीचा चेहरा पाहून ती गप्प बसली.

म्हातारीच्या चेहऱ्यावर विषण्ण उदासी होती. तिच्या उदास चेहऱ्यावर अनुभव होता.

''हां बयो, म्या न्हाई शिकले, वाचले बी न्हाई. आता तुका जग बघण्याचं बोलली. तुला सांगते, जग बघाया भाईर जायला नगं. ह्ये माहे लेक बघ. हिला शहराला धाडले म्या शिकायासाठी. बुकं वाचाया लागली तशी लई छान

बोलायची. मला बी पटायचं. बाईचं जीणं वाईट. कष्टाचं जीणं अन् ते बी तोंडावर पट्टी बांधून. जिभेला कायम लगाम. घरातला मालक ठरवील तेच होणार. मंग ही झाशीच्या राणीसारखं बोलतीया बघितलं, जीव निवला. पर फुडं लगीन करनार नाय म्हनाया लागली. कुणा मास्तरनं तिच्या डोक्यात खूळ घातलं. ही शहरात, पण घरात भांडणं सुरू झाली. हिच्या बा ला वाटलं म्याच फूस देतेय. दोनदा मार पडला मला. ही घरी येईना. तीन-चार पोरी झपाटल्यावानी फिरायला लागल्या. बायकांना शाणं करायचं म्हने. त्यांना अधिकार द्यायचे म्हने. म्या तीन-चारदा गेले आणाया तं मलाच मोठ्ठाली भाषनं दिली.'' म्हातारी थांबली.

सुलूला हे सगळं थ्रिलिंग वाटायला लागलं. पुढे काय झालं याची उत्सुकता; पण म्हातारीच्या आवाजातला कंप मात्र तिला तसं दाखवू देत नव्हता.

''मग?'' तिनं विचारलं. हलकेच. हळू आवाजात.

म्हातारीच्या डोळ्यांच्या कडांवर पाणी चमकलं. थिजलेल्या डोळ्यांशी ती चमक सुसंगत वाटली. म्हातारी सांगू लागली, ''आमी बोलवायचं थांबवलं. गावातले लोक आनी समाजातली माणसं आडून पाडून विचारत राहायचे, तवा भाईर जानं नको म्हनलं. घरातच बरं. आनी एक रोज ही राती एकदमच आली. आमी घरातच हुतो. माह्या गळ्यांतच पडली. धाय मोकलून रडाया लागली. तिला बोलती केली तवा तिनं जे सांगितलं –''

म्हातारी थांबली. शब्दाची जुळवाजुळव करीत असल्यासारखी.

''मग? काय झालं होतं?'' सुलूनं विचारलं.

ती उदास हसली.

''बाईच्या बाबत काय हुतं पोरी? तेच झालं. तिचा मास्तर हरामी निगाला. हिच्यावर डोळा ठिवून असंल. ही भोळी पोरगी. एकलीला बोलावलं घरी. हिला कळलं नाई. त्यानं फायदा घेतला– पोरीला नासवलं. म्या तं मेल्यागत झालं. काळच आला जसा. तिच्या बाला सांगणं आलं. रात्रभर रडून इचार करत ऱ्हायलो. करायचं तर काय? ही मरायला गेलीच कशाला एकली? आमी वरडत हुतो तवा बहिऱ्यावानी केलं, उधळली आनी हा कहर घेऊन आली. आता भाईर काय सांगायचं? गप बसायचं का तक्रार करायची? कितीक प्रश्‍न ग बाई– बापानं मारलं तिला. पन मारून काय हुतंय–? मंग आमी नवरा-बायकूनं ठरवलं की शहराला त्या मास्तरकडं जाऊन जाब इचारावा अन् हिच्याशी लगीन कर म्हनावं. पर त्याला आधीची बाईल हुती. मंग हिच्या मैतरणी आल्या– नुस्ता इचार. गुंता झाला.''

''पोलिसात–?'' सुलूनं विचारलं. तिच्या आवाजात दबली भीती होती.

म्हातारीनं उसासा टाकला. म्हणाली,

"सगळे तमाशे झाले. काई करायचं बाकी न्हाई ठिवलं. गावाला बी हे नाटक झालं. आमच्या समाजानं आमाला वाळीतच टाकलं. वरबाडलं आमाला. 'पोरगी शिकवायची लई हौस व्हती, आता भोगा फळं' म्हनत टिंगली केल्या. पन हिच्याशी लगीन कराया कुनी तयार झालं नाय. तो मास्तर बी सुटला. पोरीवरच आळ ठेवला. तोंड दाखवाया जागा नवती. हिच्यानं सोसवलं न्हाय सगळं. येड्यावानी झाली. आधी लई झगडली ती बी. सगळ्याफुडं स्वत:ची गोष्ट सांगत गेली. तुमी कवळ्या पोरी. बुकं वाचता. तेच्यावरच इस्वास धरता. ते वाईट न्हाइत बी. पर पोरी, भाईर जग लई येगळं हाय. लई येगळं. आशी लई बुकं पचवून बसलंय, ते कशाचं बदललं बाई? आपन तीच मानसं. मानसाच्या मनातल्या वासना बी त्याच न्हवं? जनावरावानी कधी-तरी जाग्या व्हतात त्या. जनावरं तरी बरी. त्यांना कुठं समाज असतोय? समाजाला धरून ऱ्हावं लागतंय? सांग. गोष्टी सांगाय सोपं हाय. वाचाय सोपं हाय. जगणं येगळं ते येगळं. शिका म्हनतेय ना तू? पर जगात तावून-सुलाखून बगाया पायजे. नुस्ती बुकं वाचून जगता आलं असतं तं आपन सगळे किती श्यानं झालो असतो. तुमच्यावानी भोळ्या-भाबड्या पोरींना जगाचा अनुभव नसतोय. वाहत्या पान्याबरोबर जाता. एखाद्या दगडावर आपटता, नाही तर हिच्यावानी थेट कडेलोटच होतो गं बाई."

सुलू सुन्न झाली. म्हातारीच्या डोळ्यांत पाण्याचा टिपूस नव्हता. होती फक्त व्यथा, तीही कडवी आणि चेहराभर पसरलेली. डोळ्यातल्या पाण्यापेक्षा धारदार. चिंधड्या करून समोरच्याला घायाळ करणारी. झुरळांच्या सावल्यांतून सरसरत जाऊन व्यक्तिमत्त्वाला झाकून टाकणारी.

सुलू उठली. सगळ्या कॅम्पभर तिचं लक्ष नव्हतं. बरोबरची मुलं पुढं पुढं करीत होती. टाळी देण्याच्या निमित्तानं हात धरत होती. निसटत्या स्पर्शासाठी उत्सुक होती.

गावातली तरुण पोरं कोंडाळं करून उभी होती. त्यांच्या चेहऱ्यावर उत्सुकता तर होतीच, पण त्यात आकर्षणाचीही स्पष्ट छटा होती. लग्न झालेल्या मध्यमवयीन लोकांच्या नजरा मात्र लंपट होत्या. पोरींना जोखत असल्यासारख्या. ते लागट बोलत होते. कामाची स्तुती करत होते. जमलं तर स्पर्श करत होते. आजच्या शिक्षणाचे गोडवे गात होते. ताई ताई म्हणत चहाचे कप आणत होते. पण डोळ्यातली गिधाडं लपवू शकत नव्हते.

सुलू एका कोपऱ्यात सुन्न बसून हे सगळं पाहत होती.

पुस्तकांचे सगळे संदर्भ गळून जात होते. कित्येक वर्णनं बाजूला पडत होती. आतापर्यंत वाचलेल्या सगळ्या गोष्टी फुटून जात होत्या. त्या कदाचित ती

पानं पिकेतो सत्यही होत्या. पण त्या काळ्या शाईनं तिला फसवलं होतं. न मळलेल्या स्वप्नांच्या, योगायोगानं घडणाऱ्या घटना, वास्तवात कधीतरीच घडतात. ती सूर्यग्रहणासारखी असोत की आकाशगंगेसारखी की कधीतरीच फुलणाऱ्या चंद्रमुखी कमळासारखी असोत.

सगळे बोलत होते. गप्पा मारीत होते.

ती गप्प होती. तिच्या गप्प बसण्यामुळे मैत्रिणी तिला प्रश्न विचारत होत्या.

सगळ्यांच्या प्रश्नांना तिनं उत्तरं देणं टाळलं. ती कुणातही न मिसळता सगळ्यांपासून दूर जाऊन बसली. कॅम्प संपला.

सुलूच्या दृष्टीनं मात्र बरंच काही संपलं. घरी आल्यावर सगळी पुस्तकं तिनं माळ्यावर टाकली. कवितेच्या पुस्तकातून अभयने दिलेली दोन फुलं काढून घेऊन कवितेचं पुस्तकही माळ्यावर भिरकावलं. स्वच्छ प्रकाशात स्वतःच्या तळहातावर तिनं दोन फुलं घेतली आणि टक लावून बघत राहिली.

१०

वळणावर

आमच्या ऑफिसमध्ये नवीन काही घडत नाही. घडलंच तर एखाद्याच्या घरी बारसं, एखाद्याच्या मुलीचं, मुलाचं किंवा पुतणीचं किंवा कुणाचं तरी लग्न.

हे जे घडतं त्यात ऑफिसवाल्यांचा इंटरेस्ट इतकाच– म्हणजे बारशाला जेवण का फराळ आणि लग्न असेल तर हुंडा किती दिला? किती घेतला? का वीस कलमी? मुलीचा बाप काय करतो? इथपासून ते मुलगी तिरळीबिरळी नाही ना– इतकंच.

आम्ही, म्हणजे मी, शऱ्या आणि रम्या हे त्रिकूट. अर्थातच फक्त एकमेकांत आम्ही ही संबोधनं वापरतो. इथं ऑफिसात एकजात क्लार्कच्या जागेवर. त्यामुळे आमचं जमतं. पगार सारखा. टेबलं सारखी. आगेमागे साहेबांच्या शिव्या खाल्ल्या तर त्याही सारख्याच. अगदी घरून येणारे जर्मनचे डबेही सारखे.

पण आम्ही राहतो मात्र राजासारखे. शऱ्या गातो फर्स्टक्लास. मला आणि रम्याला नाटकात कामं करायला आवडतं.

आम्ही नाटकंही खूप पाहतो. सिनेमेही टाकतो. फक्त रोटरी किंवा लायन्सतर्फे बडे बडे गायक गझल गायला येतात तेव्हा आमची कुचंबणा होते.

म्हणजे शंभर रुपयांनी सुरुवात होणारी गोष्ट आम्ही स्वप्नासमान समजतो. 'परस्त्री मातेसमान, तसं शंभर रुपयांच्या पुढची गोष्ट परस्त्रीसमान' असं म्हणतो.

रम्यालाही 'परस्त्री थिअरी' खरं म्हणजे आताशाच सुचायला लागलीय. जेव्हापासून त्यानं आमच्या ऑफिसमध्ये लाइन पकडलीय. त्या दोन्हीही लाईनी रेल्वेसारख्या समांतर आणि अजूनही सिग्नल पडत नाहीय. म्हणून हौशी मासे पकडूसारखा तो जाळं टाकून बसलाय.

फक्त स्वस्थ बसलेला नाही. त्याच्या डोक्यातून काही काही अफलातून आयडियाज बाहेर पडतात. त्याची काही मतं असतात. अर्थात मी आणि शऱ्या बहुतेक वेळेला 'होयबा' होतो.

तर या कन्येला 'तुम्ही चांगल्या दिसता' एवढं सांगण्यासाठी त्यानं कोण उचापती केल्या.

एके दिवशी त्यानं दोन रुपये खर्च करून तिला एक गुलाबाचं फूल दिलं.

नंतरचे दोन तास, फाईलीमधून अधून मधून डोकं वर काढत किंवा अधून मधून फाईलीत डोकं घालत त्यानं तिला गुलाबाचं फूल सुंदर का दिसतं हे सांगितलं.

तिसऱ्या दिवशी तो जुन्या ग्रीटिंग कार्डांचा गठ्ठा घेऊन आला आणि चहाच्या सुटीत तिला ग्रीटिंग कार्डमधलं सौंदर्य शास्त्रोक्तरीत्या समजावून सांगत राहिला. तिचा आणि त्याचा चहाचा वेळ ती छापील कार्डं पाहण्यात गेला.

मी आणि शऱ्या थांबून, खूण करून करून शेवटी वैतागून चहा प्यायला निघून गेलो. परत आल्यावर कीव करत आम्ही त्याच्याकडं पाहिलं, तर त्याचा चेहरा व्हॅट सिक्स्टीनाईन घेतल्यासारखा.

संध्याकाळी परत जाताना ठरवून बसमध्ये मी त्याला खोदून खोदून 'त्या' सौंदर्य शास्त्राविषयी विचारलं, तेव्हा त्यानं तो ग्रीटिंगचा गठ्ठाच बाहेर काढला. तसा आपल्या अंगावर काटा.

शेवटी शऱ्या म्हणाला, ''तुझ्या शास्त्रातलं मूळ वाक्य म्हणालास की नाही?'' रम्याचं तत्त्वज्ञान असं की, शाळेत आम्ही ए = बी = सी (A = B = C) हे भूमितीत शिकलो. म्हणजे ए = सी असं होतं. म्हणून गुलाबाच्या फुलातलं सौंदर्य = ग्रीटिंगमधलं सौंदर्य = कन्येचं सौंदर्य.

शऱ्यानं डोक्यावर हात मारून घेतला. म्हणाला, ''निदान श्रीदेवी, जयाप्रदाची चित्रं तरी दाखवायची होतीस. म्हणजे जयाप्रदाचं नाक किती सुंदर आहे नाही? असा प्रश्न विचारता आला असता.''

मी मध्येच म्हणालो, ''ती हो म्हणाली असती, तर तुमचं अगदी तसंच आहे असं तरी म्हणता आलं असतं.'' शऱ्या मुलाशी आईनं बोलावं त्या टोनमध्ये म्हणाला, ''पण आमच्या रमणला नाही हो तसं आवडत! कारण त्यामध्ये फक्त अ = ब आहे.''

रम्या विचारात पडला. पण लागलीच सणकून म्हणाला, ''आयला, इतकं खालच्या दर्जाला जाऊन तुलना करू का? तिला जर मी कुठल्या नटीसारखी दिसतेस म्हटलं तर किती राग येईल? आपण कसं ग्रेसफुली बोललं पाहिजे.'' त्याच्या या वाक्यानं आम्ही गंभीर झालो.

शऱ्या म्हणाला, ''म्हणजे तू सिरिअस वगैरे आहेस की काय या प्रकरणात?'' रम्यानं डोकं हलवलं. तसा खोटा निःश्वास टाकीत शऱ्या म्हणाला, ''म्हणजे नथ्थू, आपल्याला या बाबतीत एक शब्दही बोलण्याची प्राज्ञा नाही. आजपासून त्या आपल्या वहिनी.''

मग 'तू आमचा रस्ता बंद करून टाकला' वगैरे कॉमेंट करत आम्ही रम्याला

जाम ताणलं. त्याची पुढची स्टेप होती 'मी तुम्हाला आवडतो का?' आम्हाला या स्टेपची कल्पना कळली ती फार मजेशीररीत्या.

दत्त्या – आमचा प्यून – वरच्या माळ्यावरच्या कॅन्टीनवाल्याला कुचुकुचू काही तरी सांगताना दिसला. त्याच्याकडे काही तरी गरम मसाला असतोच. म्हणून मी म्हणालो, ''चला दत्तोबा, चहा घ्यायला.'' फुकटात चहा, तोही इतक्या इझिली. म्हणजे दत्तू दोन हात, दोन पायांवर तयार होणार. पण आज त्यानं चेहरा एकदम गंभीर केला आणि 'नको बाबा' म्हणत जायला निघाला...

तसं शऱ्यानं त्याच्या शर्टला मागच्या बाजूनं ओढूनं जवळ बोलावलं. कॅन्टीनवाला त्याच्याकडे पाहून डोळे मिचकावीत होता ते आम्ही पाहिलं. म्हणजे मसाल्याचं सामान आमच्यापैकीच आहे हे आम्ही ताडलं. पण दत्त्या महाइरसाल. बोल म्हणता बोलायचा नाही. आम्ही चहा पुढं ठेवला तरी हा गप्प. मग आम्ही रामबाण उपाय काढला. मी म्हणालो, ''काल दुपारी दोन तास कुठे गेला होतास रे?''

''घ्या बा. इथंच तं होतो.''

''साहेब बाहेर गेल्या गेल्या गेला होतास ना?'' शऱ्या डोळे बारीक करीत म्हणाला. ''ते विचारतोय. तू सांगतोस, का साहेबांना सांगू?''

ही मात्रा लागू पडली. दत्त्या आधी दबकत होता. पण माझा आणि रम्याचा चेहरा पाहून एकदम सुटला. दत्त्याचं बयाण असं–

सकाळी आल्या आल्याच रमणसाहेब फार गंभीर दिसत होते. म्हणून दत्त्यानं प्रेमानं विचारणा केली. तब्येत पुसली. न आपटता फाईली उचलल्या अन् पटकल्या. उगाच खुर्ची पुसल्यासारखी केली. कारण दत्त्या नंबर एकचा चालू आहे. त्याला कळतं तर? रम्या पघळला.

त्यानं दत्तोबाला जवळ बोलावलं आणि त्याच्या कानात काहीतरी सांगितलं. तो गुलगुलीत हसून 'वहिनीच्या' टेबलाकडे गेला.

तर सिद्धांत असा होता की रम्यानं तिला एक चॉकलेट पाठवलं होतं. गोड. 'तुमचं माझ्यावर प्रेम असेल तर वरचा कागद परत पाठवा. (अर्थात चॉकलेट खाऊन)' हा निरोप.

दत्त्या एकदम हसायला लागला. कॅन्टीनवालाही चेकाळला.

''पुढे काय?'' शऱ्या खेकसला.

तसा दात विचकत दत्त्या म्हणाला–

''कागद परत आला.''

''काय?''

''पण आत चॉकलेट नव्हतं. दगुड होता.''

मी अन् शऱ्या सर्द झालो.

सगळी संध्याकाळ आम्ही अस्वस्थ. पण अर्थातच याची चर्चा करायचं आम्ही टाळलं.

त्या दिवसानंतर रम्यातला 'न्यूटन' मेल्यासारखा झाला. त्याला कुठलीही थिअरी सुचेना. त्याचा पडलेला चेहरा आम्हाला बघवेना.

आमच्या 'माजी वहिनींचा' आम्हाला राग होता. रम्यामुळे ती अकारण ताठ मानेनं चालत होती. पण अजूनही 'माजी' हा शब्द रम्याच्या पचनी पडत नव्हता. तो त्याच्या अंगवळणी पडणं किंवा अंगी बाणणं आवश्यक होतं. आतापर्यंत चॉकलेट प्रकरण सगळ्या ऑफिसला कळलं होतं. चॉकलेटसारखंच ते चघळलं जात होतं. ऑफिसमधले जवळ जवळ सगळेच जण मुद्दाम थांबून रमणची चौकशी करत होते. याबाबत ते जास्तच उत्सुक होते. म्हणून तर मला अन् शऱ्याला कधी एकत्र तर कधी वेगवेगळे नेऊन चहा पाजत होते. सहानुभूतीचे कटाक्ष रमणला भरपूर मिळत होते. रमणच्या टेबलची फाईल तिच्या टेबलवर नेताना दत्त्या अकारण खाकरत होता.

एक गोष्ट आम्हालाही कळत होती– एरवी खाली मुंडी घालून वावरणारेही बरेच इब्लिस आहेत. बहुतेकांना दुसऱ्याच्या गोष्टी 'कॅज्युअल' वाटणार, पण मुळात मात्र डीप इंटरेस्ट असतो त्यांना. फक्त वरून नामानिराळे राहतात एवढंच.

तेवढ्यात आमच्या सेक्शनला नवीन साहेब आला. पॉश, मुंबापुरीचा. दोन देश फिरलेला. मग प्रत्येकाचं निरीक्षण केंद्र साहेबच. नवा साहेब बोलतो कसा? चालतो कसा? काम करतो कसा? कुणाला केबिनमध्ये बोलावतो? हा काळ प्रत्येकाची उत्सुकता वाढवणारा होता. त्यामुळं पाहता पाहता चॉकलेट प्रकरण मागं पडलं.

आता रम्याही आमच्याबरोबर चौकात चक्कर टाकू लागला. 'वहिनी' प्रकरणावर पडदा पडल्यानं आम्हीही सुटकेचा श्वास टाकला.

परवा रम्या पानाच्या ठेल्याला टकून श्रीकृष्णाच्या पोझमध्ये उभा होता. शऱ्या एकदम सणक आल्यासारखा म्हणाला, "सुंदर किती हा कान्हा... कान्हा..." शऱ्याचं हे एखाद्या संगीत नाटकातल्यासारखं आळवणं ऐकून भोला पानवालाही हसू लागला.

आपली पोझ जराही न बदलता रम्या अगदी शांतपणे तसाच उभा राहिला.

आम्हालाही क्षणभर वाटलं, हा अजून बाहेर आलेला नाही.

तेवढ्यात बासरी धरल्यासारखे हात करून गात गात रम्या म्हणाला–

"कान्हा... सुंदर किती हा कान्हा... पावा आणून द्यावा, साजणा–"

भोलाही समजूतदार, मऊ आवाजात म्हणाला -

"साहेब, तुम्ही फार दिवसांनी खुशीत दिसला बा..." त्याच्या चेहऱ्यावरच्या समाधानानं आम्हाला सगळ्यांनाच एकदम स्पर्शित केल्यासारखं झालं.

असं कधी काही झालं की, शऱ्याचा गळा एकदम रुद्ध होतो तर माझी गळाघाटी दुखते. रम्या हसला. म्हणाला–

"खुशीत पावा द्यावा,"

"अथवा नुसताच द्यावा खवा होऽऽ साजणा" मी तार लावली.

शऱ्या कापऱ्या आवाजात मोठ्यांदा गायला.

"तू तर मेरी जान– आज खा खव्याऐवजी पान."

मग आम्ही तिघंही 'द्या हो भोलानाथ जी ऽऽ' असं म्हणून मोकळं हसलो. सगळ्या तारा तोडून मोकळं हसताना, एकदम मळभ गेल्यासारखं झालं.

गंभीर होत शऱ्या म्हणाला–

"त्याचं काय आहे भोलानाथ, संध्याकाळच्या वेळी बाहेर पडावं. फुप्फुसभरून शुद्ध हवा घ्यावी. डोळ्यांना सगळीकडे पाहताना व्यायाम होतो."

मी 'री' ओढली. "आणि मानेलाही व्यायाम होतो."

"तसा पायांनाही!" आम्ही दोघं म्हणालो.

"ही रम्याची थिअरी क्रमांक डॅश... डॅश... डॅश!"

म्हणजे रम्या नॉर्मल झाला.

रमणचं हे प्रकरण होऊ काही दिवस थंड होऊ दिल्यावर एके दिवशी आम्ही त्याला गावाबाहेरच्या ढाब्यावर घेऊन गेलो. चिकनची ऑर्डर दिल्यावर आणि ते रमणच्या पोटात गेलंय हे बघितल्यावर, आम्ही अगदी सीरियसली रमणला कितीतरी गोष्टी समजावून सांगितल्या. आमचं प्रेम पाहून त्याला फक्त रडायला यायचं बाकी राहिलं. मी म्हणालो, "हे बघ रम्या, तू गहिवर वगैरे बाजूला ठेवून दे. एक पहिली गोष्ट लक्षात घे, तू थोडा रोमँटिक आहेस."

रमण एकदम उसळला. त्याला हातानं दाबून धरीत मी म्हणालो, "आता रागावायचं कारण नाही. पण यातून योग्य धडा शिका. पुन्हा म्हणून पोरींच्या नादी लागू नका."

गंभीर होत शऱ्या म्हणाला, "आयला, ह्या पोरी आपल्यासाठी नाहीतच. कधी कॉलेजात आपल्याकडे कुणी ढुंकून पाहिलं नाही. आता तर दिवसच संपले."

"तसं नाहीय," मी म्हणालो.

"तुझ्या गॅदरिंगमधल्या गाण्यावर फिदा होऊन दर वर्षी दहा-पंधरा पोरी तरी तुझ्याशी बोलायच्या. हो की नाही?"

"तसं तर रमणभाऊ अन् तुलाही भापायला मिळालंय. तुमच्या नाटकाच्या प्रॅक्टिस, त्या लेट नाईट्स, एकमेकांना पोचवणं. नाटकाच्या आधीच्या बेस्ट विशेस–" मी म्हणालो.

"तुमच्याही मागे दर वर्षी घोळका राहिलेलाच आहे." शऱ्या.

मी म्हणालो, "त्याचा अर्थ एकच. आता आपण या सगळ्या प्रकरणाबाहेर पडलेलो आहोत. एकदम वेगळं जग. आता काही करून दाखवायचे दिवस आहेत."

इतक्या वेळ गप्प बसलेला रम्या म्हणाला–

"तू बोलत असताना मला माझे बाबा बोलत आहेत असं वाटत होतं. मला आजपर्यंत, म्हणजे नोकरी लागल्यापासून दीड वर्षात हे कळलेलं नाही, की आपलं जग कुठे, कसं, आणि कधी बदललंय?"

शऱ्या म्हणाला–

"सगळी भंकस मारतात. आमच्या घरी तर सारखा मॅच्युरिटीचा उदो उदो चाललेला असतो. 'तू समजदार व्हायला पाहिजेस. जबाबदाऱ्या कळायला पाहिजेत.' हे वाक्य मी दिवसातून शंभर वेळा ऐकतो." रमण म्हणाला.

"परवा आमची मोठी बहीण म्हणाली, 'नोकरीला लागून दीड वर्ष झालंय. एखादा ग्रॅम सोनं घेतलंय का?" मी.

"अहो हो – तो विषय काढू नका. कारण वस्तू घ्या, गॅस घ्या, सोनं घ्या, प्लॉट घ्या, बहिणींना साड्या घ्या, तिथपासून जे जे अॅव्हिलेबल आहे ते ते कसं घेतलं पाहिजे, हे तर तुम्ही आमच्या मातोश्रींच्या तोंडून ऐकलं पाहिजे." शऱ्या.

"जाऊ दे रे, हा विषयच नको. रम्या, तू फक्त नीट वाग. नाहीतर साल्या दत्त्यापासून कॅन्टीनवाल्यापर्यंत प्रकरणं गाजतात." मी.

रम्या, शऱ्या मी जवळजवळ राष्ट्रीय एकात्मतेची शपथ घ्यावी तसं ठरवून टाकलं, ऑफिसमधल्या मुली इथून पुढे बहिणीसमान. कुणाच्याही भानगडीत पडायचं नाही. कारण त्या आपल्याइतक्याच शिकलेल्या असल्यामुळे आणि स्वत:ला आपल्या बरोबरीच्या समजत असल्याने त्यांना त्यांच्यापेक्षा उच्च कोटीतल्या नवऱ्यांची अपेक्षा असते. भावार्थ इतकाच की, तो मोठा नवरा मिळाला की त्यांना गुलामासारखं वागवतो. म्हणजे स्वत:हून या गुलामगिरीला तयार. तेव्हा हा मसुदा झाल्यावर आमचा एक वांधा संपला. पण दुसरा उद्भवला. माझ्याकडून एक अक्षम्य चूक झाली. अकाऊंट्स करताना आकड्यांच्या भेंडोळ्यात माझी खरं म्हणजे तारांबळ उडते. गणित हा आपला विषय कधीच नव्हता. अगदी लहानपणापासून हा विषय आणि जगातल्या तमाम वाटोळ्या गोष्टींशी मी संबंध तोडलेला. पण मॅट्रिकनंतर आर्ट्स् म्हणजे भिकार म्हणून कॉमर्स केलं. पहिली

दोन वर्षं तर देवानंच तारलं. तिसऱ्या वर्षी आपल्याला आता कुठं थोडं कळतंय असं वाटायला लागलं, तोवर वर्ष संपलं आणि ग्रॅज्युएशनही संपलं. मग ही नोकरी.

त्यात माझे हेडक्लार्क सदरे हे भलते वेंधळे. मला त्यांनी सांगितलेलं फार थोडं कळायचं. मी, माझ्याजवळचा कदम आणि तांबे, कुणी विचारलं, 'सदरे कुठे आहेत?' तर सांगायचो 'खुंटीला.' आलेला बावचळायचा. आम्हाला सूड घेतल्यासारखं वाटायचं. त्यांना भाद्रे, पाद्रे अशी अनेक विश्लेणात्मक संबोधनं आम्ही द्यायचो.

तर सदरेंनी मार्चएंड जवळ आला म्हणून आम्हाला ताणायला सुरुवात केली. त्यात कसं काय की, एका बिलावर दहा हजारांवर एक शून्य जास्त गेलं.

आणि आमच्या कोऱ्या खट्ट नव्या साहेबानं आमची बिनपाण्याची केली. चेक सहीला गेल्यावर त्यांच्या लक्षात आलं. नाहीतर माझं करिअर (या ऑफिसातलं) संपल्यातच जमा होतं. अर्थातच या गोष्टीचा गवगवा व्हायचा तो झालाच. आता पुन्हा एकदा आमचं त्रिकूट जमलं. पुन्हा चिकनची ऑर्डर गेली. पुन्हा शऱ्या आणि रम्यानं माझं, आम्ही जसं रम्याचं केलं तसं, सांत्वन केलं. मग आम्ही त्या ढाब्याचं नामकरण 'सांत्वन ढाबा' असं केलं.

पण माझ्या डोक्यात साहेबाविषयी प्रचंड राग होता. त्यानं मला सगळ्या सॉफिस्टिकेटेड शिव्या दिल्या होत्या. इडियट, फूल, गुड फॉर नथिंगपासून ब्लॉक हेडेड, सॉइनपर्यंत.

टीव्ही सिरियल पाहिल्यापासून 'शेरलॉक होम्स'सारखी या साहेबाची सगळी लक्तरं आपण उघड्यावर आणू अशी मी प्रतिज्ञा केली. दुसऱ्या दिवशीपासून कामाला सुरुवात केली.

त्यांच्या गाडीच्या पाठीमागे गाडीत जाणं तर मला शक्य नव्हतं. मग मी रिक्षा केली. 'वो गाडी के पीछे चलो' म्हणत त्याला रिक्षा पिटाळायला लावली. त्यांची गाडी फाईव्ह स्टार हॉटेलमध्ये घुसल्यावर मला प्रचंड आनंद झाला.

हा घरी न जाता फाईव्ह स्टारला जातो म्हणजे काहीतरी पाणी मुरतंय—

तो आत गेल्यावर मी पाठोपाठ उतरलो. तरातरा चालायला सुरुवात केली तसा रिक्षावाला धावला. "पैसे डुबाने का है क्या बे?" म्हणू लागला, तेव्हा त्याच्या तोंडावर पैसे फेकले. गेट ते मुख्य दार यात जवळ जवळ दोन फर्लांगांचं अंतर. ते तर तरातरा चालत गेलो. डोक्यात एवढंच की या माणसाला धडा शिकवायचा. पण दारात कडक इस्त्रीचा सहा फुटी उंच दरवान जेव्हा पाहिला तेव्हा एकदम पृथ्वीवर आलो. शिवाय आत प्रवेश म्हणजे एका चहाला दहा दहा रुपये पडतात म्हणे! मला पाहताच दरवानानं सलाम ठोकला. दार किंचित

उघडलं. काय करायचं हे ठरवलेलं नसल्यानं मी गोंधळून गेलो. पण प्रसंगाला तोंड देणं भाग होतं. आत जाऊन समोर ठेवलेल्या सोफ्यावर बसलो पण तेवढ्यात एक सुंदरी म्हणाली–

"मे आय हेल्प यू?" माझी तारांबळ उडालेली तिनं पाहिली. "यू वाँट टू गो टू रेस्तारॉं?"

मी मानेनेच हो म्हणालो. मनात 'हे परमेश्वरा मी कुठे येऊन गुंतलो रे–' म्हणत म्हणत आत गेलो. चहा मागवला. मग मात्र माझं डोकं सपाटून विचार करायला लागलं. मनात येऊ लागलं.

इथला एखादा वेटर फितवला तर?

काऊंटरवर कुणाला लाच देऊन माहिती काढली तर? इथपासून ते त्यांच्या व्हिस्कीच्या पेल्यात झोपेच्या गोळ्या टाकण्यापर्यंत आणि तिथून थेट पोलीस आल्यावर वेटर्स, दारवान, काऊंटरवरची माणसं हे माझं नवखा माणूस कसं वर्णन देतील इथपर्यंत सगळं सरसर डोक्यात येऊन गेलं. सिनेमासारखं वेश बदलून यावं हाही विचार आला. किंवा कोपऱ्यात टीव्ही लेन्स बसवलेलीही पाहिली. न परवडणारं बिल चुकतं करून बाहेर पडल्याबरोबर समोर साहेब–

त्यांच्या तोंडावर तद्दन आश्चर्य. मी ओशाळं हसलो. वास्तविक माझे चहाचे पैसे मीच दिले होते.

घरी मी अवीला म्हणालो, "तुझ्या वर्गात माझ्या साहेबांची मुलगी आहे ना रे?" त्याच्या होकाराची मी वाट न पाहता ती कशी वगैरे चौकशी केल्यावर त्याला सांगितलं, "तिच्यावर तू लक्ष ठेव."

रात्री जेवायच्या वेळी वडिलांच्या समोर आई म्हणाली, "नथ्थू, तुझी लक्षणं चांगली नाहीत. बघा हो, पुन्हा मी सांगितलं नाही म्हणून म्हणाल. स्वत: तर दिवे लावलेलेच आहेत. आता अवीलाही बिघडवतोय."

"काय झालं?" पिताश्री.

"त्याच्या साहेबाच्या पोरीच्या मागे लाग म्हणून सांगतोय."

"लाजच सोडली अन् काय!"

आईनं भांडं आदळलं. वडिलांनी एक शांत, भेदक कटाक्ष माझ्याकडे टाकला. अत्यंत करमणूक होत असल्यासारखा अवीचा चेहरा पाहून मी खवळलो. चिडून म्हणालो–

"बघतो काय बे?"

तो भाबडा होत म्हणाला, "बघ आता, मी काय केलं?"

आई-बाबा, दोघंही मग माझ्यावर उखडले आणि साधारण एक तास मी

'जगात कसे वागावे?' हे व्याख्यान आळीपाळीनं त्या दोघांकडून ऐकलं.

मग मी ऑफिसातून माहिती काढायला सुरुवात केली. प्यून, हेडक्लार्क, सुपरिटेंडेंट सगळ्यांशी सलगी वाढवली. दोन दिवस साहेबाच्या घरापर्यंत पाठलाग केला.

शऱ्या आणि रम्या दोघंही सारखं विचारत होते – 'कुठे असतो? हल्ली काय करतो? सगळ्या ऑफिसर्सशी गूळ का लावतोय? कुठं गुंतलाय का?'

पण मी बधलो नाही. अगदी त्यांची बायको आणि मुलीच्याही मागावर राहून माहिती काढायचा प्रयत्न केला. पण बात जमेना.

साधारण आठवड्यानंतर मला रम्या-शऱ्यानं जवळजवळ पकडून सांत्वन ढाब्यावर नेलं.

त्यांनी काय सांगितलं ते सांगत नाही. पण शऱ्याला बोलावून साहेबांनी त्याला जे सांगितलं, ते ऐकून दोघंही काळजीत पडले. म्हणजे मला साहेब इडियट, फूल म्हणालाच होता. मग त्यांच्याजवळ 'मी वेडा आहे का? डीरेल्ड आहे का? सेक्सचा काही प्रॉब्लेम आहे का?' हेही विचारलं. 'कॉन्फिडेन्शियल लिहू का?' असं विचारलं.

तेव्हा शऱ्यानं चक्क पाया पडून मला समजावून सांगेन असं आश्वासन दिलं.

नंतर सावकाश बसून एकदा आम्ही लिस्ट केली की सांत्वन ढाब्यावर आम्ही कधी कधी आलो.

मी, शऱ्या, रम्या वरच्या ग्रेडच्या परीक्षेत एकजात फेल झाल्यावर, शऱ्याच्या मनाविरुद्ध त्याच्या घरातल्यांनी त्याला मुलगी पाहायला लावल्यावर, आमच्या 'वहिनी'ची एंगेजमेंट जबलपूरच्या इंजिनिअरबरोबर झाल्यावर, आमच्याबरोबर लागलेल्या कांबळेला प्रमोशन मिळाल्यावर, ऑफिसमध्ये सगळ्यांच्या शिव्या खाल्ल्यावर, रम्या एम.पी.एस.सी.च्या चक्क पी.एस.आय.ची परीक्षा लेखी पास झाल्यावर...

या गोष्टींत तीन वर्षं गेल्यावर आम्ही बरेच रुळलो. रम्या लेखी, तोंडी दोन्ही परीक्षेत पास झाला, तरी त्याला अपॉईंटमेंट लेटर मिळालेलं नव्हतं. दरम्यान मी ड्रामा डिपार्टमेंटला ग्रॅज्युएशनसाठी घेतलेल्या ॲडमिशनवर इतकी टीका आणि टिंगल झाली की, मला नाटक सोडावं लागलं. पर्यायानं सगळ्या रंगभूमीची हानी झाली हे त्यांना कळलंही नाही. शऱ्यानं मात्र शर्थीनं किल्ला लढवला. एम.बी.ए.च्या एन्ट्रन्स एक्झामिनेशनला तो पास झाला. म्हणजे त्याचं विद्यापीठीय आयुष्य सुरू होणार होतं.

मध्यंतराच्या काळात वरच्या ग्रेडसाठी दिलेल्या परीक्षेत मी व शऱ्या पास

झालो. शऱ्या एकदम एखाद्या विरही प्रेमिकासारखा व्याकूळ झाला.

"मैं जीवन के दोराहे पर खडा हूँ, मुझे रास्ता नही सूझता। मैं इधर जाऊं या उधर जाऊं?" असे हिंदी डायलॉग तो बोलायला लागला. मला ड्रामा सोडलं ते बरं केलं असं वाटून गेलं.

शऱ्याला अनेक जणांकडून अनेक सल्ले मिळू लागले. आपण आहोत याच ऑफिसमध्ये वरचा ऑफिसर होण्याची संधी आलेली आणि एम.बी.ए.नंतरही असणारं ब्राईट करियर या कार्यात शऱ्या सापडला. शिवाय एम.बी.ए. करणं म्हणजे राजीनामा देणंही आलंच. नाहीतर रेग्युलर कॉलेज होणं शक्य नाही.

जेव्हा क्लासेस सुरू झाले तेव्हा शऱ्यानं राजीनामा दिला. पण महिनाभर आधी नोटिस द्यायला पाहिजे ती दिली नाही. त्याला महिनाभराचा पगार भरा आणि नोकरी सोडा असं सांगण्यात आलं.

शऱ्या साहेबांच्या केबिनमध्ये गेला तेव्हा त्यालाही काहीच खात्री नव्हती.

पण साहेबांनी त्याला काय अभिवचन दिलं कळलं नाही. तो अत्यंत आनंदी चेहऱ्यानं बाहेर पडला. तेव्हापासून साहेबाच्या स्तुतीची पुंगी आम्हाला ऐकणं भाग पडलं.

शऱ्याला आम्ही सेंडॉफ द्यायचं ठरवलं. सदरे म्हणाले, "रमणचीही ऑर्डर आली तर एकदम देऊन टाकू." 'म्हणजे एका मंडपात दोन लग्न लावून टाकू' हा त्यांचा स्वर आम्हाला आवडला नाही. पण ऑफिसातल्या तमाम बुजुर्ग मंडळींनी त्यांना टेका दिल्यावर आम्ही गप्प बसलो.

याचा अर्थ शऱ्याला एखाद्या दिवशी वर्ग संपल्यावर येऊन तो समारंभ पार पाडावा लागणार. त्यानं दुसऱ्या दिवशीपासून ऑफिसमध्ये येणं सोडलं.

याच सुमारास आमच्याच ऑफिसमध्ये ऑफिसरच्या जागेसाठी मला इंटरव्ह्यूला बोलावणं आलं. लेखी परीक्षा मी पास होतोच. माझ्याबरोबर शऱ्या, तांबेलाही कॉल गेला. शऱ्या तर येणार नव्हताच. मनातून ही पोस्ट मला मिळावी असं वाटत होतं. पण तांबेही हवेत होता, त्याला ही पोस्ट आपल्यालाच मिळणार असं वाटत होतं.

कारण उघड आहे– आम्ही आधी वठवलेला 'शेरलॉक होम्स.'

तेवढ्यात रमणची ऑर्डर आली. त्याची पोस्टिंग मिरजला झाली.

माझी अवस्था फार वाईट झाली. मला सतत अंधारातही एकटं असल्यासारखं फीलिंग यायला लागलं.

संध्याकाळशिवाय तिघांनाही भेटता येत नव्हतं. एकत्र येता येत नव्हतं. त्यातही शऱ्या म्हणजे फुल ऑफ न्यूज! कारण कॉलेजमधले दोघं जण तिथे येत होते. काही कन्याही होत्या. पण शऱ्याला एकदम अभ्यासक्रमच आवडू लागल्याचं

दिसत होतं. रम्या सगळं गबाळं आवरूनच चाललेला होता. यामुळं ठिकठिकाणी पाट्या खात होता.

एकूण मला फार एकटं पडायला झालं. तीन वर्षांचा एकत्र घालवलेला काळ एकदम संपला.

साहेबांशी वाकडं घेतल्यानं मला मुलाखतीतही इंटरेस्ट वाटत नव्हता. रम्या, शऱ्या दोघंही इतके बिझी होते की त्यांच्याकडून मॉरल सपोर्ट मिळायचा प्रश्नच नव्हता.

मुलाखतीच्या दिवशी तर मी इतका रडवेला झालो होतो की, दत्त्या प्यूननं माझ्या पाठीवर थोपटल्यासारखं केलं.

मुलाखतीला एक मोठं पॅनेल होतं. मुंबई आणि मद्रासचेही अधिकारी मुलाखत घ्यायला आले होते. सात जणं मुलाखत घेणारे आणि मी एकटा.

हळूहळू प्रश्न येत गेले. मी उत्तर देत गेलो. इतिहास, जनरल नॉलेज, आवडी-निवडी सगळं बोलताना त्यांनी विचारलं.

"आवडीचा विषय कोणता?"

"नाटक."

"आणखी कशाची आवड आहे?"

"वाचनाची."

"कोणती पुस्तकं वाचता?"

"इंग्रजी, मराठी, हिंदी. हिंदी कमी."

"इंग्रजीत कोणतं पुस्तक आवडलं?"

(आता आली का पंचाईत!)

म्हटलं, "ऑरवेलचं ॲनिमल फार्म."

"कविता वाचता?"

"हो."

"मला वॉल्ट विटमनची ॲनिमल कविता आवडते." हे चाललेलं असताना आमचे साहेब एकही प्रश्न न विचारता बसले होते. ते एकदम म्हणाले–

"तुम्हाला 'कॅनन डॉयल' नाही का आवडत?" मी त्यांच्याकडे प्रश्नार्थक पाहायच्या अगोदर त्यांच्याजवळ बसलेले मुंबईचे एक्झामिनर हसत हसत म्हणाले –

"म्हणजे शेरलॉक होम्सचे तुम्ही चाहते दिसता!"

वातावरण थोडं सैल झालं. माझ्याकडे रोखून पाहत आमचे साहेब म्हणाले, "हे शेरलॉक होम्स असतील तर मी याचा बाप आहे."

माझे पाय गळून गेले. धैर्यही संपलं. माझा चेहरा बहुतेक फार पडला

असावा. माझा इंटरव्ह्यू संपला. सगळ्यांनी मला 'यू मे गो.' सुचवलं.

त्या दिवशी संध्याकाळी मी शऱ्याला गाठून पार सांत्वन ढाब्यावर घेऊन गेलो. साहेबाला माझ्या शिव्या कोशातल्या सगळ्या शिव्या घातल्या. त्यामुळं माझा जॉब कसा जातोय हे पोटतिडकीनं तळमळून सांगितलं. शऱ्या बराच वेळ माझी समजूत घालत होता.

तिसऱ्या दिवशी तांबेला साहेबाच्या केबिनमध्ये बोलावलं. संतापानं आणि फ्रस्ट्रेशननं मी पेटून निघालो. तांबे बाहेर आला. आमच्या कुणाकडे न पाहता कॅन्टीनकडे गेला. मी मनात म्हणालो, 'माझ्या नाकावर टिचून सगळ्यांना चहा पाजेल.' तेवढ्यात दत्त्या माझ्या टेबलाजवळ आला. साहेबानं बोलावलंय म्हणून सांगून गेला. माझी जाण्याची अजिबात इच्छा नव्हती, पण जाणं भाग होतं. तो इंटरव्ह्यू होऊन गेल्यापासून खरं तर मी स्वत:वरही चिडलेलोच होतो.

केबिनमध्ये साहेबांच्या गंभीर चेहऱ्याकडं पाहिल्यावर हा माणूस आता मला उपदेशाचे डोस पाजणार, मी माझ्या गाढवपणामुळे हा जॉब कसा घालवला हे सांगणार, असं निश्चित दिसत होतं.

गंभीर आवाजात ते म्हणाले, "बसा." मी बावचळून उभाच. "बसा" त्यांचा हुकमी आवाज आला आणि मी बोचकं जमिनीवर पडावा तसा बसलो. "अभिनंदन! तुम्ही सिलेक्ट झालात." माझा कानांवर विश्वासच बसेना. काय बोलावं तेही कळेना. तेच म्हणाले, "आश्चर्य वाटण्याजोगं काही नाही. मीच रेकमेंड केलंय. तिघंही टॅलेंटेड आहात. त्या दोघांना मी न्याय देऊ शकलो नाही. अर्थात रमण आणि शरद हे पुढं नाव कमावतील. गुड लक." त्यांचा हात हातात घेताना माझे डोळे भरून आले. रम्याला आम्ही तार करून बोलावून घेतलं. त्या रात्री मी, शऱ्या, रम्या एका वेगळ्याच विश्वात बसलो. आमचे समज-गैरसमज, मतं, भावना सगळंच चर्चेचे विषय झाले.

तिघंही पांथस्थासारखे आपापल्या अनुभवांचं गाठोडं बांधून आकाशाला गवसणी घालायला निघाल्यासारखे. कधी कडक उन्हं सोसली, कधी छोट्या वावटळी, कधी कोवळी मुलायम उन्हंही आली– साहेबांसारखी! आणि आम्हा तिघांसारखी. आम्ही एकमेकांच्या आयुष्यात कोवळं उन्हंही दिलं आणि गर्दगार सावलीही... त्या गर्द सावलीला आम्ही तिघंही राहणार होतो. पुढच्या प्रवासासाठी...

/

www.ingramcontent.com/pod-product-compliance
Lightning Source LLC
LaVergne TN
LVHW090002230825
819400LV00031B/486